ഗ്രീൻ ബുക്സ്

എന്റെ ദേശാഭിമാനിക്കാലം

യു.എ. ഖാദർ

നോവലിസ്റ്റ്, കഥാകൃത്ത്, പത്രാധിപർ.
1935ൽ ബർമ്മയിൽ ജനനം.
നോവലുകളും കഥാസമാഹാരങ്ങളും ലേഖന സമാഹാരങ്ങളുമായി 45ലേറെ കൃതികൾ.
കേരള സാഹിത്യ അക്കാദമി അവാർഡ്, മലയാറ്റൂർ അവാർഡ്, അബുദാബി ശക്തി അവാർഡ്, സി.എച്ച്. മുഹമ്മദ് കോയ അവാർഡ്, എസ്.കെ. പൊറ്റെക്കാട്ട് അവാർഡ് എന്നിവ ലഭിച്ചു.

ഗ്രീൻ ബുക്സ് പ്രസിദ്ധീകരിച്ച
ഗ്രന്ഥകർത്താവിന്റെ ഇതര കൃതികൾ

കഥ

ചുംബനം സുഗന്ധപൂരിതം
മലയാളത്തിന്റെ സുവർണ്ണകഥകൾ - യു.എ. ഖാദർ

നോവലെറ്റ്സ്
അനുരാഗം ഇവൻ പാടുമ്പോൾ
നാണിക്കുട്ടിയുടെ നാട്

അനുഭവം

എന്റെ ദേശാഭിമാനിക്കാലം

യു.എ. ഖാദർ

ഗ്രീൻ ബുക്സ്

green books private limited
gb building, civil lane road, ayyanthole,
thrissur- 680 003, kerala, ph: +91 487-2381066, 2381039
website: www.greenbooksindia.com
e-mail: info@greenbooksindia.com

malayalam
ente deshabhimanakkalam
experience
u.a. khader

first published october 2018

cover design : mansoor cheruppa

branches:
thrissur 0487-2422515
thiruvananthapuram 0471-2335301
calicut 0495 4854662

isbn : 978-93-87357-56-3

₹ 135.00
GBPL/1039/2018

മുഖക്കുറി

സചേതനമായ ഒരു ഭൂതകാലത്തെ തോറ്റിയുണർത്തുന്ന ഈ പുസ്തകത്തിൽ വിസ്മൃതിയിൽ മറഞ്ഞുപോയവരുടെ ഒരാൾക്കൂട്ടംതന്നെയുണ്ട്. ചരിത്രത്തിന്റെ പിന്നാമ്പുറങ്ങളിൽ നമുക്ക് കൈവിട്ടുപോയ ഒരു രാഷ്ട്രീയ സാംസ്കാരിക പരിസരത്തെ സമൂർത്തമായി അവതരിപ്പിക്കുന്നു. പുതിയ തലമുറയ്ക്ക് അപരിചിതമായ അമ്പതുകൾക്കും അറുപതുകൾക്കും ശേഷമുള്ള ദേശാഭിമാനിക്കാലങ്ങൾ.

കൃഷ്ണദാസ്
മാനേജിങ് എഡിറ്റർ

ഉള്ളടക്കം

ഭാഗം ഒന്ന്

എന്റെ ദേശാഭിമാനിക്കാലം

ഒന്ന്

കിഴക്ക് പടിഞ്ഞാറായി നിലയുറപ്പിച്ച ഓടിട്ട ഒരു പഴയ നെടുമ്പുരയുടെ ചിത്രം മനസ്സിലിപ്പോഴും അല്പവും മായാതെ തെളിമയോടെ കിടപ്പുണ്ട്. ചുവന്ന പ്രതലത്തിൽ വെളുത്ത് കനത്ത അക്ഷരക്കട്ടകൾ പതിച്ച് മുമ്പുറത്തെ പൂമുഖ ഇറയത്ത് തൂക്കിയിട്ട ആ ബോർഡ്. 'ദേശാഭിമാനി അച്ചുകൂടം'. അതും മനസ്സ് പഴയ നിറപ്പൊലിമയിൽതന്നെ സൂക്ഷിക്കുന്നുണ്ട്. കാലത്തിന്റെ വേലിയേറ്റയിറക്കങ്ങളിലെ ഓളപ്പാളികൾക്ക് അങ്ങനെ പെട്ടെന്നൊന്നും തേച്ചുമായ്ച്ച് കളയാനാവില്ലല്ലോ ചില ഓർമ്മകൾ. ചെറുപ്പത്തിന്റെ ചോരത്തിളപ്പിൽ ചവുട്ടി നടന്ന മണ്ണിടങ്ങൾ...

ചെറൂട്ടിനിരത്തിൽനിന്നും ജില്ലാ കോടതിയിലേക്കുള്ള വഴിയിൽ പത്തടി നടന്നാൽ, കന്യാസ്ത്രീകളും അങ്ങനെയുള്ളവരും അന്തി പാർക്കുന്ന കെട്ടിടത്തിന്റെ പടിഞ്ഞാറെയതിരായി ഷൂ കമ്പനിയുടെ തൊട്ടടുത്ത പറമ്പായി അതിർ തിരിച്ച് മതിൽ കെട്ടിയയിടം. വലതുവശത്തെ തുത്തനാകപ്പാളി പതിച്ച പഴയ ഗെയിറ്റ് തള്ളിത്തുറന്നാൽ ദേശാഭിമാനി പത്രമാഫീസിന്റെ പറമ്പിൽകയറി മുറ്റത്ത് നിൽക്കുന്ന അപരിചിതന് വടക്ക് തെക്കായി നീണ്ടുപോകുന്ന കോൺവെന്റ് നിരത്ത് ഒറ്റനോട്ടത്തിൽ കാണാനാവുകയില്ല. കാരണം ദേശാഭിമാനി പത്രമാഫീസിന്റെ പറമ്പ് അല്പം ഉയർന്നിട്ടാണ്. എന്നാൽ കോൺവെന്റ് നിരത്തിന്നപ്പുറത്തെ കത്തീഡ്രൽ ചർച്ചിന്റെ കമാനവാതിലുകളും വർണ്ണചില്ലു ജാലകങ്ങളും ആകാശത്തിലേക്ക് ഉയർന്നുനിൽക്കുന്ന ഗോപുരക്കെട്ടുകളും ഇരുകൈകളും അനന്തവിഹായസ്സിലേക്ക് ഉയർത്തി പ്രാർത്ഥനാനിരതമായി നിൽക്കുന്ന യേശുവിന്റെ രൂപസ്തൂപവും കുരിശും കാണാം. പോർത്തുഗീസ് കലാപാരമ്പര്യശൈലികൾ വിളിച്ചോതുന്ന ചർച്ച്സമുച്ചയത്തിന്റെ വിശേഷങ്ങളായിരുന്നില്ല അന്ന് എന്റെ നോട്ടത്തിൽ പതിഞ്ഞത്. എനിക്ക് കാണേണ്ടവർ മുഴുക്കെയും മുന്നിലുള്ള ഈ നെടുമ്പുരയ്ക്കകത്താണല്ലോ.

നെടുമ്പുരയുടെ മുൻപുറക്കോലായിൽ ആൾക്കാർക്ക് കയറിവരാൻ പാകത്തിലൊഴിച്ചുവെച്ച പൂമുഖ വരാന്തയിൽ അട്ടിവെച്ച കടലാസുകെട്ടുകൾക്കിടയിലൂടെ അകത്ത് കയറിയപ്പോൾ നടുവകത്തെ കസേരയിൽ

തന്നെ പരിചിതമുഖം കണ്ടു. മേശപ്പുറത്താകെ തടിച്ച അക്കൗണ്ടന്റ് പുസ്തകങ്ങൾ, ലഡ്ജറുകൾ, അവയിൽ സസൂക്ഷ്മം മറിച്ചുനോക്കി അന്നന്നത്തെ കൈകാര്യങ്ങൾ നടത്തുന്ന മാനേജരുടെ ഇരിപ്പിടത്തിലാണല്ലോ എന്റെ പരിചിതനുള്ളത്. എന്നെ കണ്ടയുടനെ യാതൊരു ഔപചാരികതകളും കൂടാതെ അദ്ദേഹം പറയുന്നു: "ഖാദറേ, സഖാവ് പി. ആറിന്റെ സീറ്റ് പിന്നാമ്പുറത്തെ മുറിയിലാണ്. പി.ആർ. അവിടെയുണ്ടോയെന്ന് നോക്കട്ടെ. ഞാൻ വിളിക്കാം. താനിരിക്ക്."

സഖാവ് ഗോപാലൻകുട്ടിമേനോൻ എന്നെ അദ്ദേഹത്തിന്റെ മേശയ്ക്ക് മുന്നിലെ കസേരയിൽ ഇരുത്തി ചോദിച്ചു. "ഖാദർ രാവിലത്തെ ലോക്കലിന് വന്നതാണല്ലോ. എന്തുണ്ട് വർത്തമാനം? നാട്ടിലെ സഖാക്കളെയൊക്കെ കാണാറില്ലേ? തന്റെ പുതിയ കഥ ഞാൻ കണ്ടു. ഇന്നാണ് വന്നത്. തനിക്കുള്ള കോപ്പി കിട്ടിയിട്ടുണ്ടാവില്ല. ബാബുവിനോട് തനിക്കുള്ള കോപ്പി ഇപ്പോ റൊക്കം തരാൻ പറയാം. പി.ആറിനെ കണ്ടിട്ടല്ലേ പോകൂ?"

ഗോപാലൻകുട്ടിമേനോൻ പറഞ്ഞ് തീരുംമുമ്പേ എന്റെ മുന്നിൽ പി.ആർ. നമ്പ്യാർ പ്രത്യക്ഷപ്പെട്ടു. തെളിഞ്ഞ് തിളങ്ങുന്ന ചിരിയും കണ്ണും ആ സ്നേഹത്തലോടലും എനിക്കനുഭവപ്പെട്ടതാണല്ലോ. പി.ആർ. പറയുന്നു: "സഖാവ് ഇന്ന് വന്നത് നന്നായി. കഥയിറങ്ങിയിട്ടുണ്ട്. ഈ ലക്കം നവയുഗം. കണ്ടിട്ടുണ്ടാവില്ല. വരൂ..."

പി.ആർ. നമ്പ്യാർ എന്നെയും കൂട്ടി നടുത്തളത്തിലെ വിശാലമായ ഒരു മുറിയിൽ കയറി. മോന്തായത്തിന് മുകളിലെ കണ്ണാടിയോടുകളിൽ നിന്നുള്ള സൂര്യപ്രകാശം മുറിയിലാകെ വെളിച്ചം വിതറിയിരുന്നു. മുറിക്കകത്തായി ഇരുന്ന് ഒരുപാടുപേർ ജോലി ചെയ്യുന്നുണ്ട്. കസേലകളിൽ ചാരിയിരുന്ന് മുൻവശത്തെ വലിയ മേശപ്പുറത്ത് അട്ടിവെച്ച കടലാസുകളുടെ ഷീറ്റുകൾ ഊരിയെടുത്ത് കൈയിൽ പിടിച്ച് ടെലിപ്രിന്റർ കട്ടിംഗുകൾ നോക്കി മലയാളത്തിൽ വാർത്ത കുത്തിക്കുറിക്കുന്ന സഹപത്രാധിപന്മാരാണെന്നെനിക്കറിയാമായിരുന്നു. ടെലിപ്രിന്റർ മെഷ്യൻ തൂവിയിടുന്ന റോയിട്ടർ വാർത്താത്തുണ്ടുകളിലെ ആംഗലം മലയാളത്തിൽ തർജ്ജമ ചെയ്ത് പകർത്തുന്നവർ, തിരക്കിട്ട് മാറ്ററുകൾ മെനയുന്ന – ചമയ്ക്കുന്ന – നേരം. അവരുടെ കസേരയ്ക്കരികിലേക്ക് എന്നെ നിർത്തി പി.ആർ. നമ്പ്യാർ എല്ലാവർക്കുമായി പരിചയപ്പെടുത്തുന്നു. "സഖാക്കളേ, ഇതാണ് നമ്മുടെ യു.എ. ഖാദർ എന്ന കഥാകൃത്ത്. നമുക്കിദ്ദേഹത്തെ കൊണ്ട് ദേശാഭിമാനിയിലും എഴുതിക്കണം. പുതിയ ഇഷ്യു നവയുഗത്തിൽ ഒരു കഥയുണ്ട്. "ആ മനുഷ്യൻ." ശ്രദ്ധിക്കണം. തുടക്കക്കാരനാ നമ്മുടെ സഖാവ്."

പി.ആർ. എന്നെ ചേർത്തുനിർത്തി അവർക്കിടയിലൂടെ നടന്നു. "ഇതാണ് സഖാവ് എൻ.ഇ. ബാലറാം. ഖാദർ കേട്ടിട്ടുണ്ടാവണം."

"സഖാവ് കെ.പി. മുഹമ്മദ് കോയയേ ഖാദറിന്നറിയാമല്ലോ. കെ.പി. കൊയിലാണ്ടിയിൽ നിങ്ങളുടെ മീറ്റിംഗിന് ഒരിക്കൽ വന്നിട്ടുണ്ടല്ലോ. മിസ്റ്റർ

സി.എൻ. അഹമ്മദ് മൗലവിയോടൊപ്പം. സഖാവ് കെ.പി.യെ കൂട്ടാൻ സഖാവ് ആലിക്കോയയോടൊപ്പം വന്നിട്ടുണ്ടല്ലോ.”

പി.ആർ. ക്ലാസെടുക്കുന്ന മട്ടിലായിരുന്നു സംസാരിച്ചതൊക്കെയും. “ഇതാണ് ദേശാഭിമാനി വാരാന്തപ്പതിപ്പിന്റെ ചുമതലയുള്ള സഖാവ് ചിത്ര ഭാനു നമ്പൂതിരി. ഇദ്ദേഹം ഐ.എസ്. നമ്പൂതിരി. ഇത് സഖാവ് ടി.വി. കെ. ദേശാഭിമാനി. വിദേശരംഗം കൈകാര്യം ചെയ്യുന്നത് ടി.വി.കെയാണ്. മീറ്റ് സഖാവ് കെ.ജി. നെടുങ്ങാടി. നഗരവാർത്തകൾ ശേഖരിക്കുന്ന സഖാവ് രാമനുണ്ണിയെ കണ്ടിട്ടുണ്ടാവണം. ന്യൂസ് എഡിറ്റർ സഖാവ് എം. കണാരൻ. ദാ, ആ കാണുന്ന മുറിയിലിരിക്കുന്ന ആളാണ് സഖാവ് വി.ടി. ഇന്ദുചൂഡൻ. അദ്ദേഹം സ്ഥലത്തില്ല. ഇനി വരുമ്പോൾ പത്രാ ധിപരെ പരിചയപ്പെടാം.”

അത്രയും പറഞ്ഞ് പി.ആർ. മുന്നിൽ നടന്നു. പടിഞ്ഞാറ് വശത്തെ ഇറയച്ചായ്പിലായിരുന്നു പി.ആർ. എന്നെയും കൂട്ടി ചെന്നത്. നെടുമ്പുര യുടെ പടിഞ്ഞാറെയറ്റത്തെ ഇറയത്ത് മറ്റൊരു ബോർഡും തൂക്കിയിട്ടു ണ്ടായിരുന്നു. ഞാനത് ശ്രദ്ധിക്കേ പി.ആർ. പറയുന്നു. “സഖാവേ, ഇവിടെ യാണ് നവയുഗം വാരികയുടെ ഓഫീസ്. പത്രാധിപർ സഖാവ് കെ. ദാമോ ദരൻ ഇവിടെ ആഴ്ചയിലൊരിക്കലേ എത്തുകയുള്ളൂ.”

ഞങ്ങൾ രണ്ടാളും ആ നെടുമ്പുര ചായ്പിൽ കയറി. “മീറ്റ് മിസ്റ്റർ സഖാവ് ചന്ദ്രൻ. നവയുഗം വാരിക മാനേജരാണ്. തൊട്ടടുത്ത ആൾ സഖാവ് രാധാകൃഷ്ണൻ. ഞങ്ങളൊക്കെ ബാബു എന്നാ വിളിക്കാറ്. സഖാവ് ബാബു നല്ല വായനക്കാരനാണ്. ലോകസാഹിത്യം മനപ്പാഠ മാണ്. ഖാദറിന് എന്തെങ്കിലും സംശയം തോന്നിയാൽ ബാബുവിനെ സമീപിച്ചാലും മതി.”

“അത്രയും വേണോ സഖാവേ.” എന്നു മാത്രം പറഞ്ഞ് ബാബു എന്റെ കൈ പിടിച്ചു കുലുക്കി. “ഖാദറിന്റെ പുതിയ കഥ ഞാൻ വായിച്ചു. നന്നായി. വെൽഡൺ. ഐ എപ്രീഷ്യെറ്റ് യു.”

ചായ്പിലെ വേറൊരു മുറിയിലേക്ക് എന്നെ ആനയിച്ചു. പി.ആർ. പരിചയപ്പെടുത്തൽ തുടർന്നു. “മീറ്റ് സഖാവ് ഖാദർ.”

തെളിഞ്ഞ കണ്ണുകളും പുഞ്ചിരിയുമായി ഒരാൾ എഴുന്നേറ്റ് നിന്ന പ്പോൾ ആ വ്യക്തിയെക്കുറിച്ച് പി.ആർ. പറയുന്നു. “ഖാദർക്കറിയുമായി രിക്കും, മണ്ണാലത്തിനെ. സഖാവ് മണ്ണാലത്ത് ശ്രീധരൻ. കവി, നവയുഗ ത്തിന്റെ സബ്ബ് എഡിറ്ററാണ്.” ഈയിടെ നാസിം ഹിക്മത്തിന്റെ കവിത മൊഴിമാറ്റം ചെയ്തത് ശ്രദ്ധിച്ചിട്ടുണ്ടോ? പി.ആർ. ഉറക്കെ ചൊല്ലി. “ആപ്പി ളിന്റെ പാതി ഞാനും പാതിയീ ദുയിനാവും ആപ്പിളിന്റെ പാപ്പാതിയാണ് ഞാനും ഇന്ന് നീയും.”

“ഇദ്ദേഹം സഖാവ് ഏ.കെ. തങ്കപ്പൻ. നവയുഗത്തിന്റെ എഡിറ്റിംഗ് ചുമതല ഇദ്ദേഹത്തിനാണ്. ഖാദറിന്റെ കഥ ഞാൻ ഏല്പിച്ചത് തങ്കപ്പന്റെ

കൈയിലായിരുന്നു. ഈയാഴ്ച വരുന്ന കാര്യം പറഞ്ഞിരുന്നു. നേരിട്ടു പരിചയപ്പെടുത്താനായല്ലോ."

ഒരു ദൗത്യനിർവ്വഹണം സാധിച്ച സംതൃപ്തിയോടെ പി.ആർ. ചോദിക്കുന്നു. "ഖാദർ എന്നെക്കൊണ്ട് ഇനിയെന്തെങ്കിലും..."

"അയ്യോ ഞാൻ വന്നത് എല്ലാവരേയും ഒന്ന് കാണാനാശിച്ചാണ്. അത് സാധിച്ചല്ലോ. ഇനിയെനിക്ക് കൂടെക്കൂടെ വന്ന് എല്ലാവരേയും കാണാലോ."

ഞാനത് പറഞ്ഞുതീരുംമുമ്പേ പി.ആർ. നമ്പ്യാർ മുമ്പിൽ നടന്നു. പിന്നാലെ ഞാനനുഗമിച്ചു. അന്നുതന്നെ അച്ചടിയന്ത്രങ്ങൾ പ്രവർത്തിക്കുന്നിടത്തും കമ്പോസിറ്റർമാർ അക്ഷരം പെറുക്കി നിരത്തുന്നേടത്തും ഗാലി പ്രൂഫുകൾ നോക്കുന്നവർക്കിടയിലും പേജുകൾ കെട്ടുന്നിടത്തും എന്നെ കൂട്ടിക്കൊണ്ടുവന്നു പരിചയപ്പെടുത്തി. ആ ആഴ്ചയിലിറങ്ങിയ നവയുഗം വാരികയിൽ കഥയെഴുതിയ എഴുത്തുകാരനെന്ന നിലയ്ക്കായിരിക്കണം പത്രമാഫീസിലെ എല്ലാവരും എന്നെ തെല്ലൊരു ആദരവോടെയും അദ്ഭുതത്തോടെയുമാണ് നോക്കിയത്. അദ്ഭുതത്തിനു കാരണം മലയാളിത്തം ഒട്ടും കിനിയാത്ത എന്റെ പരന്ന മൂക്കും മഞ്ഞ മുഖവും കണ്ടിട്ടാവണം. നവയുഗത്തിൽ അച്ചടിച്ച കഥാനായകനേയും ഓർത്തിട്ടുണ്ടാവണം. അലഞ്ഞുതിരിയുന്ന ഉത്തരേന്ത്യക്കാരനായ ഒരു നാടോടിയുടെ വ്യക്തിദുഃഖം പകർത്തിയവൻ ഇവനോ? പുനം കൃഷിയിലേർപ്പെട്ട് നാട്ടുകാർക്കിടയിൽ സ്വന്തമായ താവളവും ഇരുപ്പുസ്ഥാനവും തൊഴിലും കണ്ടെത്തിയ നാടോടിമനസ്സിൽ ജീവിതലക്ഷ്യം സാധ്യമാക്കിയ ആ കഥയുടെ അവസാന ക്ലിപ്പിംഗ് എഴുതിച്ചേർത്ത സഹൃദയത്വത്തെയായിരുന്നു അന്നേരം എന്റെ മനസ്സ് വാഴ്ത്തിയത്. അത് സഖാവ് പി.ആറോ അല്ല സഖാവ് ഏ.കെ. തങ്കപ്പനോ!

പി.ആർ. നമ്പ്യാർ അദ്ദേഹമിരിക്കുന്ന ഭാഗത്തേക്കല്ല ദേശാഭിമാനി പ്രസ്സിന്റെ പിന്നാമ്പുറത്തെ വഴിയിലൂടെ അക്കാലത്തെ കോഴിക്കോട് കമ്മ്യൂണിസ്റ്റ് പാർട്ടി ജില്ലാ കമ്മിറ്റി സ്ഥിതി ചെയ്യുന്ന കെട്ടിടത്തിന്റെ മതിലരികിലെ വഴിയിലൂടെ കിണറ്റിന്നപ്പുറത്തെ മറ്റൊരു ഷെഡ്ഡിന്റെ ചായ്പിലേക്കാണ് വന്നത്. അവിടെയാണ് പിൽക്കാലത്ത് പരിചയപ്പെട്ട സഖാവ് മാധവൻനായർ. ബ്ലോക്കുകൾ കൊത്തിയുണ്ടാക്കുകയും പ്രോസസ് ചെയ്യുകയുമൊക്കെ ചെയ്യുന്ന ആൾ. അതിനുമപ്പുറത്തുള്ള കെട്ടിടഭാഗമാണ് ദേശാഭിമാനി ക്യാന്റീൻ. ജോലിക്കാർക്ക് ചായയും പലഹാരവും ഉച്ചയൂണും വിളമ്പിയൂട്ടുന്ന സ്ഥലം. എനിക്കും പി.ആറിനും അന്നേരം പകർന്നു കിട്ടിയ ചായയും ഉഴുന്നുവടയുമുള്ള കാന്റീൻ ടിക്കറ്റ് പോക്കറ്റിൽനിന്നെടുത്ത് പി.ആർ. കാന്റീൻ ഉടമയ്ക്ക് നൽകി. കാന്റീൻ നടത്തിയ സഖാവിന്റെ പേര് ഞാൻ മറന്നു. അദ്ദേഹത്തിന്റെ ബന്ധുവോ മകനോ ആയ മറ്റൊരാളും സഹായത്തിനിവിടെയുണ്ടായിരുന്നു. കക്ഷിയുടെ പേരും ഞാൻ ഓർക്കുന്നില്ല.

മുൻഭാഗത്തെ ഗോപാലൻകുട്ടിമേനോന്റെ തൊട്ടപ്പുറത്തിരുന്നു തടിച്ച കണക്കുപുസ്തകത്തിലും ലഡ്ജറുകളിലും കുത്തിക്കുറിച്ച് ഏജന്റു മാരുടെ ലിസ്റ്റ് ശരിപ്പെടുത്തുന്ന സഖാവ് കെ.ടി. ഗോപാലനേയും കാഷ്യ റാണെന്ന് പിന്നീട് പരിചയപ്പെട്ട സഖാവ് ചന്ദ്രനെയും ഞാൻ എന്തു കൊണ്ടോ മറന്നിട്ടില്ല. പിന്നീടുണ്ടായ ദേശാഭിമാനിയിലെ വാഴ്ചക്കാലത്ത് പാതിരാത്രിയിൽ പത്രക്കെട്ടുകൾ തീവണ്ടിയാപ്പീസിലെത്തിക്കാൻ മുറ യൊട്ടും തെറ്റാതെ തീവണ്ടി സമയത്തിന്റെ പോക്കുവരവുകൾ ഹൃദിസ്ഥ മാക്കി പ്രവർത്തിച്ച മൂന്നുപേരെ ഞാൻ മറന്നിട്ടേയില്ല. ദേശാഭിമാനി പത്ര ക്കെട്ടുകൾ ഏതേതു ദിക്കിൽ എത്രയെത്ര കെട്ടുകൾ എന്നു കണ്ണുംപൂട്ടി പറയാറുള്ള സഖാവ് ഖാലിദ്, കുണ്ടോട്ടിക്കാരനായ സഖാവ് കുഞ്ഞലവി, മാങ്കാവിലെ സഖാവ് കോയക്കാ... കാരണം അവരുംകൂടി പെടാപ്പാടു കൾ പെട്ടാണല്ലോ, വ്യാഴാഴ്ച രാത്രികളിൽ ഉറക്കമിളച്ച് ജോലി ചെയ്ത് 'പ്രപഞ്ചം' വാരികയുടെ കെട്ടുകൾ തീവണ്ടിയിൽ കയറ്റാൻ പാകത്തി ലാക്കി എന്നെ സഹായിച്ചത്. സഹപ്രവർത്തക സാമീപ്യത്തിന്റെ ഊഷ്മാവ് തട്ടി ചുവന്ന എന്റെ ഇന്നലെകളിലെ ഗന്ധം, ദേശാഭിമാനി പരിസരങ്ങളിൽ, ഇപ്പോഴും, മാറ്റാർക്കുമില്ലെങ്കിലും എനിക്ക് നിന്നു ശ്വസി ക്കാനാവും... വിയർപ്പുമണം കുമിഞ്ഞ തീവ്രസൗഹൃദങ്ങളുടെ പഴക്കം പുരണ്ട സുഗന്ധം...

രണ്ട്

കൊയിലാണ്ടി ബജാറിന്റെ ഏതാണ്ടൊത്ത നടുവിൽനിന്ന് ബാലുശ്ശേരി താമരശ്ശേരി ഭാഗത്തേക്ക് പോകുന്ന ഒരു നിരത്തുണ്ട്. റെയിൽവേ ഗെയിറ്റ് വരെ ബപ്പൻകാട് നിരത്താണ്. ഗെയിറ്റിനപ്പുറത്ത് കോതത്തറക്കയറ്റം തുടങ്ങുന്നേടം മുതൽ അത് കുറുവങ്ങാട് നിരത്താണ്. കണയങ്കോട് പുഴ യ്ക്കപ്പുറം മുതൽ ഉള്ള്യേരി ബാലുശ്ശേരി പുനൂർ തുടങ്ങിയ ദിക്കുകളെ കവച്ച് കടന്ന് താമരശ്ശേരിവരെ ചെല്ലുന്ന നിരത്തിന് എന്തുപേരായിരുന്നു വെന്ന് അറിയില്ല. കീശയിൽ സ്ഥാനാർത്ഥി മെമ്പർഷിപ്പ് കാർഡുമായി പിൽക്കാലത്തലഞ്ഞ ആ ഗ്രാമങ്ങൾ. ഉള്ളംകൈയിലെ കൗമാരം...

ബജാറിൽ ബപ്പൻകാട് നിരത്താരംഭിക്കുന്നിടത്ത് മൂന്നുംകൂടിയ മൂലയ്ക്ക് ഒരു ബീഡിപ്പീടികയുണ്ടായിരുന്നു. സ്കൂൾ ഫൈനൽ കഴിഞ്ഞ് മദിരാശിയിലെ ചിത്രകലാപഠനം പാതിവഴിക്കിട്ടേച്ചു നാട്ടിൽ തിരിച്ചെത്തിയ നാൾ മുതൽ എന്റെ പകൽനേരങ്ങൾ ഏതാണ്ട് മുഴുക്കെയും കെട്ടിത്തിരി ഞ്ഞത് ആ ബീഡിപ്പീടികയുടെ ഇറയത്തായിരുന്നു. കടയുടമയെ ഈയിടെ നാട്ടിൽ ചെന്നപ്പോൾ കണ്ടിട്ടുണ്ട്. സഖാവ് എം.സി. ഇബ്രാഹിം. അന്നദ്ദേഹം കമ്മ്യൂണിസ്റ്റ് പാർട്ടി അംഗമായിരുന്നില്ല. എന്നാലും അക്കാ ലത്തെ എല്ലാ കമ്മ്യൂണിസ്റ്റ് നേതാക്കന്മാരും ആ ബീഡിപ്പീടികയിറയത്ത് ദിവസത്തിലൊരു നേരമെങ്കിലും എത്താതിരിക്കില്ല. ഇബ്രാഹിമിനെ കണ്ട്

രണ്ടു വർത്താനം പറഞ്ഞിട്ടേ പതിവനുസരിച്ച് പാർട്ടിയാഫീസിലേക്ക് പോകാറുള്ളൂ. അവിടെ ബീഡിതെറുപ്പുകാരായി കുറേപേരുണ്ട്. അവർക്കിടയിലിരുന്നാണ് എന്റെ പത്രപാരായണം. നേരംപോക്കായിട്ടാണ് തുടങ്ങിയതെങ്കിലും അതൊരു നിത്യചിട്ടയായി. രാവിലെ വീട്ടിൽനിന്നുള്ള നാസ്ത കഴിഞ്ഞാൽ, നാട്ടിൽ വെറുതെ തെക്കുവടക്ക് നടന്ന് ആൾക്കാരെ ക്കൊണ്ട് നല്ലതല്ലാത്തതെല്ലാം പറയിപ്പിച്ച് 'പേപ്പറിൽ തോന്ന്യാസങ്ങൾ' എഴുതിക്കൂട്ടുന്നവൻ എങ്ങോട്ടാണ് പുറപ്പാട് എന്നുപോലും തിരക്കാറില്ല വീട്ടിലാരും. എന്നാൽ ഇബ്രാഹിമിന്റെ ബീഡിപ്പീടികയിറത്ത് ഞാൻ പതി വനുസരിച്ച് എത്തിയിട്ടില്ലെങ്കിൽ അന്വേഷിക്കും. കണ്ടാലുടനെ ചോദിക്കും. "ഏടാർന്ന് സഖാവേ, ക്യാ ഹോ ഗാ ഭായിസാബ് ആജ്ഹം ലോഗ് ബഹുത്ത് പരേശാൻ ഹോ...?"

അങ്ങനെ ചോദിക്കുന്നതും ഉൽക്കണ്ഠപ്പെടുന്നതും ബീഡിപ്പീടിക യിലെ മുഖ്യതെറുപ്പുകാരനായ സഖാവ് എസ്.എം. ആലിക്കയാണ്. ബോംബെയിൽ നിന്ന് നാട്ടിൽ തിരിച്ചെത്തിയശേഷം മൂപ്പരുടെ താവളം എം.സി. ഇബ്രാഹിമിന്റെ ബീഡിപ്പീടികയാണ്. അസ്സലായി ബീഡി തെറുക്കും. കൊയിലാണ്ടിയിലെ കമ്മ്യൂണിസ്റ്റ് പാർട്ടിയുടെ ലോക്കൽ ഘടകത്തിലെ അംഗമാണ്. സഖാവ് എസ്.എ. ഡാങ്കേയുടെ നേതൃത്വ ത്തിൽ ബോംബെ പോർട്ടിലെ തൊഴിലാളികളുടെ സമരത്തിൽ ആലി ക്കയും പങ്കെടുത്തിട്ടുണ്ട്. പൊലീസ് മർദ്ദനത്തിൽ ഇരയായിട്ടുണ്ട്. ഡാങ്കേ യുടെ നിർദ്ദേശപ്പടിയാണ് നാട്ടിലേക്ക് തിരിച്ച് പോന്നതെന്നും ജീവിക്കാൻ വേണ്ടിയാണ് പഴയ തൊഴിലായ 'ബീഡിമുറം' മടിയിൽ വെച്ചതെന്നും ബീഡി തെറുപ്പ് തുടരുന്നതെന്നും ആലിക്ക പറയാറുണ്ട്. കാസരോഗ ത്തിന്റെ വലിവുകൾ അദ്ദേഹത്തെ അലട്ടാറുണ്ട്. നെഞ്ചിൻകൂട് പുകയു മ്പോൾ ഉയരുന്ന ചുമ നിർത്താൻ പാടുപെടാറുണ്ട്. ചുമച്ചുതുപ്പുന്ന ചോര ക്കറപുരണ്ട കഫക്കട്ടകൾ കൂട്ടുകാരാരും കാണരുതേയെന്ന് കരുതി ബീഡിപ്പീടികതിണ്ണയുടെ നിരത്തോരത്തിലേ മൂലയ്ക്കലേക്കാഞ്ഞ് തുപ്പാ നാണ് ആലിക്ക മാറി ഇരിക്കാറ്. എന്നാലും പതറുന്ന ശബ്ദത്തിൽ വിളിച്ചുപറയും. "ഖാദർ സഖാവ് പേപ്പർ ശ്രദ്ധിച്ച് വായിക്ക്. ഒച്ച എനിക്കും കൂടി കേൾക്കണെല്ലോ."

പത്രം ഉറക്കെ വായിച്ചുകൊടുക്കുന്ന ശീലം അങ്ങനെയാവണം ഞാൻ തുടങ്ങിവെച്ചത്. പത്രവായന കേൾക്കാനാണല്ലോ ഇറയത്തും അകത്തു മായിരുന്ന് ബീഡിതെറുപ്പുകാർ കാതോർക്കുന്നത്. വാർത്തയുടെ വിശ ദീകരണം സഖാവ് ആലിക്കയുടെ വകയാണ്. ബീഡിയിലകൾ കെട്ട് അടർത്തിയെടുത്ത് കൈയിൽപിടിച്ച കത്രികയാൽ ബീഡിക്ക് പാകം കത്രിച്ച് ചതുരങ്ങളാക്കി നനച്ച് കുതിർത്തട്ടിവെച്ചത് മുറത്തിലിടു മ്പോഴാണ് വാർത്തയുടെ വരവും വാർത്തയുടെ ഉറവിടപ്പൊരുളും എല്ലാം ആലിക്ക വിശദീകരിക്കുക. ഒരിക്കൽപോലും കത്രിച്ചിടുന്ന ബീഡിയിലെ തെറുപ്പിന് പാകമല്ലാത്ത അളവിലാവില്ല മുറത്തിൽ വീഴുക. ബീഡിപ്പാക മാക്കി വെട്ടിയ ഇലത്തുണ്ടങ്ങൾ അട്ടിയായെടുത്ത് നനച്ച് നനഞ്ഞ

ചാക്കിൽപ്പൊതിഞ്ഞ് പതംവയ്ക്കലൊക്കെ ബീഡിക്ക് നൂൽകെട്ടുന്ന പിള്ളേരുടെ പണിയാണ്. ആ വക നിർദ്ദേശങ്ങൾ നൽകുന്നതിനിടയിൽ തന്നെയാണ് വിയറ്റ്നാം യുദ്ധത്തിന്റെ ന്യായാന്യായങ്ങൾ വിവരിക്കുക. അമേരിക്കൻ സാമ്രാജ്യത്വശക്തിയുടെ കുമാർഗ്ഗങ്ങൾ എന്തൊക്കെയെന്ന് ബോധ്യപ്പെടുത്തുക. സോവിയറ്റ് യൂണിയന്റെ കാലികപ്രാധാന്യത്തെ പ്പറ്റിയും സാമ്രാജ്യത്വശക്തികൾക്ക് ഒരു താക്കീതായി ആ രാഷ്ട്രം നില നിൽക്കേണ്ടതിന്റെ ആവശ്യകതയെക്കുറിച്ചും സംസാരിക്കുക. മാവോ സേതൂങ്ങിന്റെ ജനകീയ ചൈനയുടെ പുരോഗതിയെ വർണ്ണിക്കുക. കാസ വലിവുകൾ ഉപദ്രവിക്കുന്നുണ്ടെങ്കിലും അത് കൂട്ടാക്കാതെ സഖാവ് ആലിക്ക പറയാനുള്ളതൊക്കെ തറപ്പിച്ചും കടുപ്പിച്ചും മുഴുപ്പിച്ചും പറയുന്നു.

ബീഡിതെറുപ്പുകാർക്കിടയിൽ മറ്റൊരു ബോംബെക്കാരനും ഉണ്ടായി രുന്നു. ബദവി അത്യമാൻക്ക. 'ബദവി'യെന്നത് തറവാട്ടുപേരോ സ്ഥല പ്പേരോ ഒന്നുമല്ല. അങ്ങനെ ഏച്ചുപറഞ്ഞാലേ സഖാവ് അദ്രമാൻകുട്ടി ക്കായെ ആൾക്കാരറിയുകയുള്ളൂ. ബോംബെയിൽ മുഹമ്മദലി റോഡിൽ ബീണ്ടി ബസാറിൽ സ്വന്തമായി ഒരു മുറുക്കാൻ ബീഡി, പാൻമസാല ക്കട നടത്തിയിരുന്നു. മുഹമ്മദലി റോഡിലെ പാൻകട ബന്ധത്തിൽപ്പെട്ട ആരെയോ ഏല്പിച്ച് നാട്ടിലേക്ക് പോന്നു. ബോംബെയിലും ആലിക്കായെ പ്പോലെ പാർട്ടി പ്രവർത്തനം നടത്തിയിരുന്നു. ഇരുമ്പഴിക്കകത്തും ഏതാ ണ്ടൊരു വർഷം ബന്ധനസ്ഥനായി, ബീഡിതെറുപ്പും പാർട്ടിപ്രവർത്ത നവും ഇനി നാട്ടിലാവാം എന്നു കരുതി തിരിച്ചെത്തിയ വ്യക്തിയാണ്. ഇബ്രാഹിമിന്റെ ബീഡിപ്പീടികയിൽ തെറുപ്പറിയാവുന്ന ആരു വന്നാലും ജോലി ലഭിക്കും. നാട്ടുകാരായ മമ്മീക്കയും സി.എച്ച്. കാതൃകുട്ടിയും മാക്കൂട്ടത്തിൽ ബാവയും ഇമ്പിച്ചിമമ്മുവും ഇബ്രാഹിമിന്റെ ബീഡിപ്പീടിക യിൽ സ്ഥിരം തെറുപ്പുകാരാണ്. പത്രം നോക്കി വാർത്തകൾ മനസ്സിലാ ക്കാൻ നേരമില്ലാത്തവർക്ക് ഞാനൊരിക്കലും പതിവ് തെറ്റിക്കരുതെന്ന നിർബന്ധം ഉണ്ടായിരുന്നു. അതിനാൽ അമേത്ത് വീടിന്റെ പടിപ്പുര തുറന്ന് എന്റെ തല പ്രത്യക്ഷപ്പെട്ടാൽ അവർ ആശ്വാസപൂർവ്വം ഉറക്കെ പറയും. "അതാ പറഞ്ഞപോലെ സിലോൺ റേഡിയോ വന്നല്ലോ. ഇന്നലെ നല്ലോണം പഹയൻ ഒറങ്ങിയിട്ടുണ്ടാവൂല്ല. ഇരുന്ന് കഥയെഴുത്വായിരിക്കും. ആലിക്കാ ഓനിക്കും കൂടി ഒരു ചായയ്ക്ക് ഓഡറാക്ക്."

ഇബ്രാഹിമിന്റെ പീടികയിലെ മുൻവശത്തിട്ട നാക്കാലിയിൽ ഞാനി രിക്കുമ്പോഴേക്കും എന്റെ ഉറക്കച്ചടവ് മാറ്റാനുള്ള മരുന്നെന്ന നാട്യത്തിൽ ഒരു ഗ്ലാസ് ചായ പ്രത്യേകമായി എന്റെ മുന്നിലെത്തുന്നു. കൂട്ടുസഖാ ക്കൾക്കായി രണ്ടു വലിയ ഗ്ലാസുകളിൽ ഫുൾ ചായ. ആ ചായഗ്ലാസു കൾ ഓരോരുത്തരെടുത്ത് ഓരോയിറക്ക് മോന്തുന്നു. അടുത്തയാളുടെ നേരെ നീട്ടുന്നു. ഫുൾ ചായ നിറഞ്ഞ വലിയ ഗ്ലാസ് ബീഡിപ്പീടികയിലെ എല്ലാവരുടെയും ചുണ്ടിന്റെ ചൂടേറ്റ് വാങ്ങി നീങ്ങുന്നു. അതിന്റെ ഉന്മേഷ ത്തിലാണ് എന്റെ വായനയും ആലിക്കായുടെ വിശദീകരണങ്ങളും

ഇമ്പിച്ചിമമ്മുവിന്റെ ഫലിതോക്തികളും ബദ്‌വി അദ്രമാൻകുട്ടിക്കായുടെ വകയായുള്ള അടിക്കുറിപ്പ് പ്രസ്താവനകളും.

സമയം അതിന്റെ കാലക്രമമനുസരിച്ച് അങ്ങാടിമുക്കിലെ ബീഡി പ്പീടികാന്തരീക്ഷത്തെ സജീവമാക്കുന്നു.

കോഴിക്കോട് വടകര പൊതുനിരത്തിന്റെ ഒത്ത നടുക്ക് കിഴക്കോട്ട് നീളുന്ന ബപ്പൻകാട് നിരത്തിന്റെയാരംഭത്തിൽ ഇബ്രാഹിമിന്റെ ബീഡി പ്പീടിക നിൽക്കുന്നയിടത്തിന് മറ്റൊരു പേരും കൂടിയുണ്ടായിരുന്നു. ബജാറിലെ ജനകീയ മുക്ക്. അങ്ങാടിയുടെ ഒത്ത നടുക്ക് കിഴക്കേ റോഡിന്റെ സന്തിൽ ഏത് നേരത്തും സജീവമായ ബീഡിപ്പീടിക. അവിടെ കറകളഞ്ഞ രണ്ടു കമ്മ്യൂണിസ്റ്റുകാരും. അവർ പറയുന്നതെല്ലാം കേട്ടു മൂളുന്ന പീടികയുടമ ഇബ്രാഹിമും അവരുടെ താളത്തിനൊത്തു തുള്ളുന്ന നാട്ടുകാരനായി പിറപ്പായവൻ ഒരു കഥയെഴുത്തുകാരനും.

നിത്യേനയെന്നോണം അവിടെ ഒത്തുകൂടുന്ന വേറെയും കുറേ പേരുണ്ട്. ചെങ്ങോട്ടുകാവിൽനിന്നും കൊയിലാണ്ടിയങ്ങാടിയിലെത്തുന്ന സഖാവ് ചന്തുക്കുട്ടി നായർ. മേലൂരിൽ നിന്നെത്തുന്ന സഖാവ് കേള പ്പേട്ടൻ. നടേരിയിൽനിന്നും വന്നെത്തുന്ന സഖാവ് ശങ്കരേട്ടൻ. അരി ക്കുളത്തെ സഖാവ് കൃഷ്ണൻമാസ്റ്റർ, സഖാവ് ശ്രീധരൻ. പന്തലായിനി ക്കുന്നിന്റെ പാർശ്വത്തിൽനിന്ന് നൊണ്ടിക്കാലുകൾ വേച്ചുവേച്ചെത്തുന്ന മേശവിളക്ക് കുഞ്ഞിരാമേട്ടൻ. ചാത്തുക്കുട്ടി, രാമൻമാസ്റ്റർ. അങ്ങനെയുള്ള വരെല്ലാം ഒന്നിച്ച് സന്ധിക്കുന്നത് ഇബ്രാഹിമിന്റെ ബീഡിപ്പീടികയിറയ ത്താണ്.

തൊട്ടപ്പുറത്തെ ബാർബർഷാപ്പിൽനിന്നും പതിവ് ചർച്ചകൾ ആരംഭി ക്കാനൊരു നിമിത്തമാകട്ടെയെന്ന മട്ടിൽ ബാർബർ രാമസാമിയും പീടിക യിറയത്ത് ഹാജരാകുന്നു. കോതമംഗലത്തെ ഹോമിയോ ഡിസ്പെൻസറി യിലെ വൈദ്യരും സഖാക്കൾക്കൊപ്പം ഹാജരാവുന്നു. സഖാവ് ഗോപാലൻകുട്ടിമേനോൻ ബപ്പൻകാട് നിരത്തിന്നടുത്തെ പീടികയിൽനിന്ന് ചില നേരങ്ങളിലേ വരാറുള്ളൂ. കൊയിലാണ്ടി കോടതി പരിസരത്തിലെ പാർട്ടിയാഫീസിൽ സഖാക്കൾ ഒത്തുചേരുന്ന അവസരത്തിൽ അവിടെ യെത്തും. സഖാവ് ശങ്കരേട്ടനാണ് എല്ലാവരേയും പാർട്ടിയാപ്പീസിലേക്ക് നയിക്കുക. ഇബ്രാഹിമിന്റെ പീടികയിൽ ഒത്തുകൂടിയ സഖാക്കൾ ഒന്നി ച്ചിറങ്ങുമ്പോൾ പാർട്ടിയംഗങ്ങളായ ആലിക്കയും അദ്രമാൻകുട്ടിക്കായും ബീഡിമുറം ഇരുന്നേടത്ത് വെച്ച് ഇറങ്ങിപ്പോവും. അല്ലാത്ത അവസര ങ്ങളിലൊക്കെ ബീഡിപ്പീടികയിറയത്ത് സംഗമിക്കുന്ന സഖാക്കൾ കാലിക രാഷ്ട്രീയം പറഞ്ഞ് ചർച്ചയാരംഭിക്കുന്നത് എല്ലാവർക്കും കേൾക്കാ നാവും. അരിക്കുളത്തെ കൃഷ്ണൻമാസ്റ്റർ അന്നന്നത്തെ വിഷയങ്ങൾ എല്ലാവർക്കും മനസ്സിലാവുന്ന മട്ടിൽ വളരെ ലളിതമായാണ് ആരംഭിക്കുക. കുഞ്ഞിരാമേട്ടൻ ഇബ്രാഹിമിന്റെ പെട്ടിക്കരികേ മേശപ്പുറത്ത് കയറിയി രുന്നാണ് സംസാരിക്കുക. കേൾവിക്കാരും ചർച്ചയിൽ പങ്കെടുക്കുന്നവരും

ഏറിയേറി വരുന്നതോടെ ഇബ്രാഹിമിന്റെ ബീഡിപ്പീടിക പരിസരത്തെ ക്കുറിച്ച് ആൾക്കാർ പറയുവാൻ തുടങ്ങി. "ഇന്ന് ജനകീയ മുക്കിൽ വർത്ത മാനം പറച്ചിൽ ഉഷാറാവാണല്ലോ."

ജനകീയമുക്കിനെക്കുറിച്ച് ഒരു അഭിപ്രായംകൂടി നാട്ടിൽ തളംകെട്ടി: "കമ്മ്യൂണിസ്റ്റുകാരുടെ കൂട്ടം. ആ കൂട്ടിലേക്കാരും കല്ലെറിയണ്ട കാക്ക പ്പടപോലെ കാറി കൂടി പറന്നെത്തും. തല കൊത്തിപ്പറിക്കും."

ജനകീയമുക്കിലെ സഖാക്കൾക്കിടയിലേക്ക് വേറെയും ചിലരൊക്കെ വരാൻ തുടങ്ങി. പാർട്ടിമീറ്റിംഗുകൾക്കെത്തുന്നവർ ആദ്യം ഒന്നിക്കുന്ന യിടം ബീഡിപ്പീടികയിറയമായി. ആ ഇറയത്ത് എത്തിക്കൂടിയവർ ആരൊക്കെയാണ്?

വടകര ഭാഗത്ത് നിന്നുള്ള സഖാവ് എം.കെ. കേളു എന്ന കേളു വേട്ടൻ, സഖാവ് എം. കുമാരൻ മാസ്റ്റർ, എം.കെ. കുഞ്ഞിരാമൻ, യു. കുഞ്ഞിരാമൻ ആവള, ടി. കുഞ്ഞിരാമക്കുറുപ്പ്, സഖാവ്. പി.ആർ. നമ്പ്യാർ, സഖാവ് സി.എച്ച്. കണാരൻ, പാർട്ടിയാഫീസിലെ ക്ലാസുകൾക്കാണെ ല്ലാവരും എത്താറുള്ളത്. അങ്ങനെ എത്തുന്നവർ ആദ്യം ബീഡിപ്പീടിക യിലും പിന്നീട് പാർട്ടിയാഫീസിലും എന്ന മട്ടിലായി. ബീഡിപ്പീടികയിലെ മറ്റു തെറുപ്പുകാരായ മമ്മിയേയും കാതൃകുട്ടിയെയും ബാവയെയും പീടികയുടമ ഇബ്രാഹിമിനേയും ഒരുനാൾ പാർട്ടി ക്ലാസിൽ പങ്കെടുപ്പി ക്കാൻ വിളിപ്പിച്ചു. ഒടുവിൽ എന്നെയും അങ്ങോട്ടേക്ക് ക്ഷണിച്ചു. പുതു തായി പാർട്ടി ക്ലാസിലെത്തിയ അനുഭാവികളെ പരിചയപ്പെടുത്തുമ്പോൾ പീടികയുടമ ഇബ്രാഹിമാണ് എന്നെപ്പറ്റി പറഞ്ഞത്.

"കഥയെഴുത്തുകാരനാ. ചെലതൊക്കെ അച്ചടിച്ചിട്ടുണ്ട്."

സഖാവ് എം.കെ. കുഞ്ഞിരാമനോ കേളുവേട്ടനോ ആണ് ഒരിക്കൽ ക്ലാസെടുക്കാൻ വന്ന സഖാവ് പി.ആർ. നമ്പ്യാർക്ക് എന്നെ പരിചയപ്പെടു ത്തിയത്.

ആ പരിചയപ്പെടലാണ് എം. കുമാരൻമാസ്റ്റർ മുഖേനെയും പേരാമ്പ്ര യിലെ സഖാവ് യു. കുഞ്ഞിരാമൻ മുഖേനയും പി.സി. സ്കൂളിലെ ഹെഡ്മാസ്റ്റർ വഴിയും പി.ആറുമായി കൂടുതലടുക്കാൻ എന്നെ പ്രേരിപ്പി ച്ചത്. എഴുതിയച്ചടിച്ച ഏതാനും കഥകൾ എം. കുമാരൻ മാസ്റ്ററുടെ ഒത്താശയോടെ പി.ആറിന്റെ മുന്നിലെത്തി. ഒരു പുതിയ കഥയെഴുതി പി.ആറിനെ ഏല്പിക്കാൻ ഇബ്രാഹിമിന്റെ പീടികയിൽ ഇരിക്കവെ കഥകൾ പലതും വായിച്ച് നോക്കിയ കുമാരൻ മാസ്റ്റർ പ്രത്യേകം പറ ഞ്ഞിരുന്നു. അങ്ങനെയാണ് ഒരു പുതിയ കഥയെഴുതി അന്ന് പി.ആർ. നമ്പ്യാരെ ഏല്പിച്ചത്. "ഞാനൊന്നു വായിക്കട്ടെ. നമുക്കിത് നവയുഗ ത്തിൽ കൊടുക്കാമോയെന്ന് നോക്കട്ടെ. ഖാദർ ഇനിയും എഴുതണം. മടി ക്കണ്ട. എന്നെ വന്നു കാണാം."

കഥയുടെ കാര്യം അന്വേഷിക്കാൻ കൂടിയാണ് അന്ന് ആദ്യമായി ഞാൻ ദേശാഭിമാനിയിലെത്തിയത്. കഥയച്ചടിച്ച ലക്കം കൈയോടെ

തന്നെ ഏല്പിച്ചാണ് സഖാവ് പി.ആർ. നമ്പ്യാർ എന്നെ അന്നു ദേശാഭിമാനി കെട്ടിടത്തിന്നകത്തുകൂടി കൊണ്ടുനടന്നത്. കാന്റീനിൽ കൂട്ടിക്കൊണ്ട് വന്നു ചായ വാങ്ങിത്തന്നത്. ജീവിതഭാഗമായി മാറിയ ഒരു സഹായം, സൗഹൃദം തുടങ്ങിവെച്ചത്.

പിന്നീട് ഏതാനും വർഷങ്ങൾക്കുശേഷം കേരളം പിറന്ന് ആദ്യ ജനകീയ മന്ത്രിസഭ അധികാരത്തിലെത്തിയശേഷം 1958ൽ കല്യാണം കഴിഞ്ഞ് ജോലിയില്ലാതെ നിൽക്കുന്നവനെ ഒരുനാൾ വിളിപ്പിച്ച് അക്കാലം ദേശാഭിമാനിയിൽനിന്ന് അച്ചടിച്ചു പ്രസിദ്ധപ്പെടുത്തിയിരുന്ന പ്രപഞ്ചം വാരികയിൽ, വാരിക നടത്തിയിരുന്ന സഖാവ് ടി.വി.കെയെ സഹായിക്കാനായി എനിക്കായൊരു കസേരയും മേശയും ഇട്ടുതന്നത്. ദേശാഭിമാനി കെട്ടിടത്തിന്റെ പിന്നാമ്പുറത്തെ നീട്ടിനടുത്തുള്ള ഒരു ചാരുമുറിയിൽ. പഴയ കിണറ്റിന്നരികെ, അതായിരുന്നു അന്ന് പ്രപഞ്ചം വാരികയുടെ ആഫീസ്. ഞാനതിനകത്ത് ഒരു ദേശാഭിമാനിക്കാരനായി ഇരുന്നു.

അന്ന് ദേശാഭിമാനി സഹപത്രാധിപന്മാർ ഇരുന്ന് ജോലി ചെയ്തിരുന്നത് പാർട്ടിയാഫീസിന്റെ കെട്ടിടത്തിന്റെ തെക്ക് കിഴക്കെപ്പാളിയിലെ വിശാലമായ ഹാളിലായിരുന്നു. മുമ്പ് പരിചയപ്പെട്ടവരെ കൂടാതെ വേറെയും ചിലരെ അന്നു പരിചയപ്പെട്ടു. പ്രൂഫ് സെക്ഷനിൽ ഇരുന്ന് അക്ഷരപ്പിഴവുകൾ നോക്കി തിരുത്തുന്ന ജയശ്രീ അറുമുഖൻ, തൊട്ടുമുന്നിൽ ശ്രീദേവി കക്കാട്ട്. വടകര ഭാഗത്തുനിന്നും വരുന്ന നാണു. സഖാവിന്റെ ഇനീഷ്യൽ ഞാനിന്ന് മറന്നു. നാണു സഖാവിനെ പിൽക്കാലത്ത് ഞാൻ കണ്ടത് കേരള സ്റ്റേറ്റ് ട്രാൻസ്പോർട്ട് ബസ്സിൽ കണ്ടക്ടറുടെ കാക്കിക്കുപ്പായമിട്ട് ടിക്കറ്റ് ബോർഡ് കൈയിൽ പിടിച്ച മട്ടിലാണ്. പ്രപഞ്ചം വാരികയുടെ ചുമതലക്കാരനായി വാഴ്‌വാരംഭിച്ചവനെ ദേശാഭിമാനി പത്രമാഫീസിന്റെ അകത്തുള്ള വായുവിന്റെ ഊഷ്മളഗന്ധത്തിൽ അണച്ചുപൂട്ടി നിർത്താൻ പ്രേരിപ്പിച്ച വ്യക്തികൾ... സംഭവങ്ങൾ... ഒന്നും ഞാനിന്നും മറന്നിട്ടില്ലല്ലോ. ആ ചൈതന്യമുഖങ്ങൾ മനസ്സിൽ ക്ലാവേശാതെ നില്പുണ്ടല്ലോ.

മൂന്ന്

ജീവിതാഭിലാഷമായിരുന്ന "എഴുത്തുകാരൻ" എന്ന മേൽക്കുപ്പായവും ധരിച്ച് അതിന്റെ ഇളംചൂടിലും ആവേശത്തിലും 'ദേശാഭിമാനി' പത്രമാഫീസിന്റെ കെട്ടിടവളപ്പിൽ ഒരു ജോലിക്കാരനായി ക്ഷണിക്കപ്പെട്ട് ഞാൻ വീണ്ടും കയറിവന്നത് 1958 ഒടുവിൽ ഒക്ടോബർ മാസത്തിലായിരുന്നു. സബ്ബ് എഡിറ്റർ പദവിയിൽ ജോലിക്ക് ഇരുന്ന ദിവസമേത് എന്നെനിക്ക് ഓർമ്മയില്ല. 'പ്രപഞ്ചം' വാരികയിലെ ഒരു ഒഴിവിൽ ഒ.വി. വിജയൻ ദൽഹി ശങ്കേഴ്സ് വീക്കിലിയിലേക്ക് കാർട്ടൂണിസ്റ്റായി പോയ കാരണം

(കോഴിക്കോട് ക്രിസ്ത്യൻ കോളേജിലെ ലക്ചറർ ആയിരുന്നു അക്കാലത്ത് ഒ.വി. വിജയൻ) പ്രപഞ്ചം വാരിക മാറ്ററുകൾ നോക്കാനും പ്രൂഫ് തിരുത്താനുമൊക്കെ ഒരാൾ വേണമെന്ന നിലവന്നപ്പോഴാവണം എന്റെ നറുക്ക് പൊന്തിയത് എന്ന് ഞാനിപ്പോൾ കരുതുന്നു. ഞാനാണെങ്കിൽ 1958 ഫെബ്രുവരി മാസം 13ന് വിവാഹം കഴിഞ്ഞ് കാര്യമായി പണിയൊന്നും ഇല്ലാതെ നട്ടംതിരിയുന്ന കാലവും. ഇപ്പോഴും തമാശയോടെ മാത്രം ചിന്തിക്കുന്ന ഒരു കഥയുണ്ട്. ചായ്പ്പൊടിക്കച്ചവടം പൊളിഞ്ഞ് 'തൂഫാൻ' ആയി തമ്പോറടിച്ച കഥ.

എന്റെ കല്യാണത്തിന് ദേശാഭിമാനി പത്രമാഫീസിൽ അക്കാലം ഉണ്ടായിരുന്ന പത്രാധിപ, സഹപത്രാധിപന്മാർ എല്ലാവരും പങ്കെടുത്തിരുന്നു. മാനേജർ സഖാവ് ഗോപാലൻകുട്ടി മേനോനും പി.ആർ. നമ്പ്യാരും അവർക്കൊപ്പം വന്നിട്ടുണ്ട്. സഹപത്രാധിപന്മാരായ കെ.പി. മുഹമ്മദ് കോയ, ചിത്രഭാനു നമ്പൂതിരി, ഐ.എസ്. നമ്പൂതിരി, ടി.വി.കെ., സഖാവ് എം. കണാരൻ, സഖാവ് ടി. രാമനുണ്ണി, ടി.ജി. നെടുങ്ങാടി അങ്ങനെയുള്ളവരെല്ലാം കല്യാണത്തിന്റെയന്ന് വൈകുന്നേരം പ്രത്യേക വാഹനത്തിലാണെത്തിയത്. സൽക്കാരങ്ങളിൽ പങ്കെടുത്ത് പോകാൻ നേരം ഒരു കവർ സഖാവ് ഗോപാലൻകുട്ടിമേനോൻ എന്റെ കീശയിൽ തിരുകിത്തന്നു. "ഇതിരിക്കട്ടെ ഒരു സന്തോഷത്തിന് സഖാവ് ഖാദർ. കല്യാണമൊക്കെയല്ലേ?"

മംഗളങ്ങൾ നേർന്ന് അവരെല്ലാം അന്നുപോയി. തിക്കോടിയിൽ വധുഗൃഹത്തിൽ വെച്ചായിരുന്നു നിക്കാഹ്. കൊയിലാണ്ടിയിലെ ബന്ധുക്കൾക്കൊപ്പം വരന്റെ അടുത്ത സുഹൃത്തുക്കൾ ചിലരും. ഒരു സാദാ കല്യാണം. കൊട്ടും കുരവയുമില്ല... യാതൊരുവിധ ജഗപൊകയും ഇല്ലാത്ത നിക്കാഹ്...

സാമ്യം പറയുകയല്ല. ഓർത്തപ്പോൾ ഒരു കൗതുകം തോന്നി. കമ്മ്യൂണിസ്റ്റ് മന്ത്രിസഭ ഇ.എം.എസ്സിന്റെ നേതൃത്വത്തിൽ 1957ൽ നിലവിൽ വന്ന ശേഷമാണ് കുറേയേറെ കമ്മ്യൂണിസ്റ്റ് നേതാക്കളൊക്കെ കതിർമണ്ഡപം കാണുന്നത്. മന്ത്രിസഭാംഗങ്ങളായാലും ജനപ്രതിനിധികളാണെങ്കിലും നാട്ടിലെ സാധാരണ ലോക്കൽ സഖാക്കളായാലും ജീവിതസഖികളെ കൂട്ടിണയാക്കുന്നത് കേരളം പിറന്നതിനു ശേഷമാണല്ലോ.

നാട്ടിൽ 'കമ്മ്യൂണിസ്റ്റുകളായ ആൾക്കാർക്കിടയിൽ' നെന്നം തെറിച്ചു 'നടക്കുന്നവന്റെ' തോന്ന്യാസങ്ങൾക്ക് ഒരറുതിയായിക്കോട്ടെ എന്നും കരുതിയാവണം ഇവനേയും ഒന്നു പെണ്ണുകെട്ടിച്ചുകളയാം എന്ന് ബന്ധപ്പെട്ടവർ മുൻകൈയെടുത്തിട്ടുണ്ടാവുക. സ്വന്തത്തിൽപ്പെട്ട മരുമകളുടെ മകളെ എന്നെക്കൊണ്ടു കെട്ടിക്കാമെന്ന പദ്ധതി നടപ്പാക്കുകയായിരുന്നു. മുറപ്പെണ്ണിനെ മുമ്പേതന്നെ ഞാൻ നോട്ടമിട്ടിരുന്നു എന്ന് എന്റെ അക്കാലത്തെ കൂട്ടുകാർക്കൊക്കെ അറിയാം. തിക്കോടി കോടിക്കൽ കടപ്പുറത്ത് അക്കാലത്ത് സഖാക്കൾ സംഘടിപ്പിക്കുന്ന പാർട്ടി യോഗങ്ങൾക്ക്

പ്രാസംഗികനായി കൊയിലാണ്ടി കമ്മ്യൂണിസ്റ്റ് പാർട്ടി ലോക്കൽ ഘടകം എന്നെ പറഞ്ഞയയ്ക്കുന്നത് 'സന്തോഷമായി' ഞാൻ സ്വീകരിക്കാറുണ്ടല്ലോ. അതൊക്കെ അന്നത്തെ ചുറുചുറുക്കിന്റെ വിശേഷങ്ങൾ. പരന്ന മൂക്കും വട്ടമുഖവും മഞ്ഞനിറവുമുള്ള മംഗോളിയനെ പ്രണയിക്കാനും അക്കാലം ഒരു പെണ്ണുണ്ടായത് ഇവന്റെ ഭാഗ്യം. സ്ഥാനാർത്ഥിയംഗ കാർഡ് കീശയിലുണ്ടെന്ന ആത്മബോധത്തിന്റെ പ്രണയമധുരചലനങ്ങൾ! അതേ ഇന്നും ഇപ്പോഴുമുണ്ടല്ലോ...

ഓർത്തെടുക്കുന്നത് ദേശാഭിമാനി സ്ഥാപനത്തിന്നകത്തെ പത്രപ്രവർത്തന നാളുകൾക്കുള്ളിലെ ജീവവായുവിലുൾചേർന്ന ആത്മപാഠങ്ങളാണ്. കല്യാണത്തിന് മുമ്പും അമ്പതുകളിലാരംഭിച്ച പത്രബന്ധം. കഥാകൃത്താവുകയെന്ന ആഗ്രഹപൂർത്തീകരണത്തിന്റെ ബദ്ധപ്പാടുകളിൽ, കൂടെക്കൂടെ ഞാൻ കോഴിക്കോട്ടേക്ക് പുറപ്പെടുന്നു. ദേശാഭിമാനിയിലെത്തുന്നു. അവിടെ എനിക്ക് പരിചയപ്പെടാൻ ഭാഗ്യമുണ്ടായ വ്യക്തികൾ, സഖാക്കൾ... ഓരോ തവണ ചെല്ലുമ്പോഴും എന്റെ പക്കൽ കഥയുണ്ടാവും നവയുഗത്തിന്, ദേശാഭിമാനി വാരാന്തപ്പതിപ്പിന് പത്രമാഫീസിലെ ടെലിപ്രിന്റർ ശബ്ദതാളത്തിൽ എഴുതിക്കൊടുത്ത അന്നത്തെ കുറിപ്പുകൾ...

നവയുഗത്തിൽ ഒരു കഥ പ്രസിദ്ധപ്പെടുത്തിയത് ഒച്ചപ്പാടായി. 'നവയുഗ'ത്തിൽ അപ്പോഴേക്കും നാലഞ്ചുകഥകൾ ഞാൻ എഴുതിയത് പ്രസിദ്ധപ്പെടുത്തിക്കഴിഞ്ഞിരുന്നു. സഖാവ് എ.കെ. തങ്കപ്പന്റെ ഒരു കത്തെനിക്ക് വന്നു. എം.സി. ഇബ്രാഹിമിന്റെ ബീഡിപ്പീടിക വിലാസത്തിലാണ് കത്തുകൾ വരിക. പത്രപാരായണത്തിനും ബീഡിപ്പീടികയിറയത്തെ കൂട്ടുചർച്ചകൾക്കിടയിൽ രൂപംകൊള്ളുന്ന സംഘടനയുടെ പ്രവർത്തനങ്ങൾക്കും എന്റെ താവളം ജനകീയമുക്ക് എന്ന പരിഹാസമായോ പ്രശംസയായോ നാട്ടുകാർ പേരിട്ടുവിളിക്കുന്ന അങ്ങാടിമുക്കിലെ പീടികയിറയമാണല്ലോ എന്റെ ഇടത്താവളം. കത്ത് ഞാൻ പൊട്ടിച്ചു. ഉള്ളടക്കം എല്ലാവരും കേൾക്കേ വായിച്ചു. "സഖാവേ, താങ്കൾ എഴുതിയ വിശുദ്ധപൂച്ച എന്ന കഥയ്ക്ക് ഒരുപാട് നല്ല പ്രതികരണങ്ങൾ വന്നു. അതൊക്കെ സ്വീകാര്യം. എന്നാൽ ആ കഥയെ വിമർശിച്ചും 'നവയുഗം വാരിക' മാത്രമല്ല അതിന്റെ ഉറവിടത്തെ തന്നെയും കത്തിച്ചുകളയുമെന്നുമൊക്കെയുള്ള ഭീഷണികൾ കുറേയെണ്ണം വന്നിട്ടുണ്ട്. ഞങ്ങൾ ആ കഥയുൾക്കൊള്ളുന്ന പുരോഗമനലക്ഷ്യങ്ങളുടെ ഭാഗത്താണ്. അനാചാരങ്ങളെ അക്ഷരംകൊണ്ട് എങ്ങനെ നേരിടാമെന്നത് ആ കഥ വ്യക്തമായും ബോധ്യപ്പെടുത്തുന്നുണ്ട്. ഈ കത്തിന് കാരണമുണ്ട്. താങ്കൾ ചെറുപ്പമാണ്. ആ കഥയുൾക്കൊള്ളുന്ന ആശയപ്രകാശത്തിൽ നിന്ന് ഒരുപക്ഷേ ഒഴിഞ്ഞുമാറാനോ പിന്തിരിപ്പിക്കാനോ ശ്രമമുണ്ടാവും. ഭീഷണിയും ഉണ്ടാവും. അതൊക്കെ നേരിട്ടു പറയാം. കത്തുകിട്ടിയാലുടനെ നവയുഗത്തിൽ വരിക. താങ്കളുടെ കഥാപക്ഷത്താണ് ഞങ്ങളെന്നു കരുതുക. ലാൽസലാം..."

ഇത്രയുമായിരുന്നു ആ കത്തിന്റെ ഉള്ളടക്കമെന്നാണോർമ്മ. ബീഡി തെറുക്കുകയായിരുന്ന സഖാവ് ആലിക്ക പറഞ്ഞു. "ഖാദർ ഇപ്പോതന്നെ ചെല്ലണം. തനിക്ക് നാട്ടിലും കുറേ എതിർപ്പുണ്ടായ കാര്യം പറയണം. പള്ളിഭാഗത്ത് നിന്നും കുടുംബത്തിൽനിന്നും മതപുരോഹിതന്മാരുടെയിട യിൽനിന്നും എതിർപ്പുണ്ടായ കാര്യം പറയണം. കാര്യം വിശദമാക്കണം. കഥയെഴുതിയതിന്റെ പേരിൽ തന്റെ ഒരു രോമം പോലും തൊടാൻ ഞങ്ങൾ സഖാക്കൾ ഉയിരോടെ ഉള്ളേടത്തോളം സാധിക്കില്ലെന്നും പറ യണം. താൻ ഉറച്ചുനിൽക്കണം. സഖാവിന് പറഞ്ഞത് മനസ്സിലായല്ലോ എന്നാ ചെല്ല്. ഇപ്പോ ചെന്നാൽ വടകര കോഴിക്കോട് സി.സി. ബസ്സ് കേളപ്പന്റെ പീട്യേന്റെ മുമ്പിലുണ്ടാവും. ചെല്ല്, വേണങ്കിൽ പാർട്ടി ആഫീ സിൽ സഖാവ് കുഞ്ഞിരാമേട്ടനും ഉണ്ടാവും. മൂപ്പരെ കൂടെ കൂട്ടിക്കോളൂ. എം.സി. ഇബ്രാഹിം മേശ വലിപ്പ് തുറന്ന് യാത്രക്കൂലിയായി രണ്ടുറു പ്പിക കീശയിലിട്ടു തന്നു പറഞ്ഞു. "ചോറ് ബെയ്ച്ചിട്ട് പൊയ്ക്കോ."

പാർട്ടിയാഫീസിൽ ചന്തുക്കുട്ടിനായരും അരിക്കുളത്തെ കൃഷ്ണൻ മാസ്റ്ററും ഉണ്ടായിരുന്നു. വടകരയിൽനിന്നും വന്ന സഖാവ് എം. കുമാരൻ മാസ്റ്ററും ഉണ്ടായിരുന്നു. എന്നെക്കണ്ടപ്പോൾ കുമാരൻ മാസ്റ്റർ പറഞ്ഞു. "സഖാവേ, കഥ ജോറായി. സമുദായക്കാർ തങ്ങന്മാർ വിശേഷിച്ചും ഒന്നും ഞെട്ടിക്കാണും. അനാചാരത്തെയും ആഭിചാരക്രിയയെയും അത്ര രൂക്ഷ മായല്ലേ കഥയിൽ പ്രതിപാദിച്ചത്. വെൽഡൺ മൈ ബോയ്..."

എ.കെ. തങ്കപ്പൻ കാണാൻ നിർദ്ദേശിച്ചതിനെപ്പറ്റി പറഞ്ഞപ്പോൾ കുമാരൻ മാസ്റ്റർ പറയുന്നു. "ഖാദർ സഖാവിനെ നേരിട്ടഭിനന്ദിക്കാനാവും. അല്ലാതെ വേറെന്തിന്? ഏതായാലും താൻ കോഴിക്കോട്ടേക്കല്ലേ. ഞാനും വരുന്നുണ്ട്. ജില്ലാ കമ്മിറ്റി വരെ."

അങ്ങനെയാണ് ദേശാഭിമാനിയിലെത്തിയത്. ജില്ലാ കമ്മിറ്റിക്ക് മുന്നി ലൂടെ ചെല്ലുന്ന ഇടവഴിയിലൂടെയും ദേശാഭിമാനിയിലെത്താമെന്ന് മനസ്സി ലായി... നവയുഗത്തിന്റെ മുറിയിൽ തങ്കപ്പനും മണ്ണാലത്തുമുണ്ട്. പത്രാ ധിപരായ സഖാവ് കെ. ദാമോദരനും അന്നേരമുണ്ടായിരുന്നു. 'പാട്ടബാക്കി' യെഴുതിയ ദാമോദരനെ. മനുഷ്യനെക്കുറിച്ചും ദൈവവിശ്വാസത്തെ ക്കുറിച്ചും തെളിവൂറുന്ന ഭാഷയിൽ വിശദീകരിച്ചെഴുതിയ സഖാവ്. നേരിൽ കണ്ടപ്പോൾ എന്റെ കണ്ണുനിറഞ്ഞു. ബഹുമാനാദരവുകൾ മന സ്സിൽ ഉണർത്തുന്ന വ്യക്തികളെ കാണുമ്പോൾ ആദ്യം എന്റെ കണ്ണു കളാണ് നിറയുക. മനസ്സിന്റെ ഒരുതരം നിറഞ്ഞുതുളുമ്പലാവാം. ഞങ്ങൾ മൂവരും നവയുഗത്തിന്റെ നടുത്തളത്തിലിട്ട മേശയ്ക്ക് ചുറ്റുമിരുന്നു. വാതിലിനപ്പുറത്തേ നടുത്തളത്തിലെ ഹാളിലായി അപ്പോഴുണ്ടായിരുന്ന ദേശാഭിമാനി പത്രാധിപന്മാരായ എൻ.ഇ. ബാലറാമും ചിത്രഭാനു നമ്പൂ തിരിയും വാതിൽക്കലെത്തി. ദാമോദരൻ എന്നെ ചൂണ്ടി അവർക്ക് പരി ചയപ്പെടുത്താൻ തുനിഞ്ഞപ്പോൾ ബലറാം പറയുന്നു. "ഞങ്ങൾക്കറിയാം ഞങ്ങളുടെ എഴുത്തുകാരനല്ലേ?"

അവകാശം സ്ഥാപിക്കയല്ലെയെന്നു പറഞ്ഞ് ചിരിച്ചു സഖാവ് ദാമോദരൻ എന്നോടെന്നവണ്ണം പറയുന്നു. "ഖാദറിന്റെ നവയുഗത്തിൽ വന്ന കഥ ശ്രദ്ധിക്കപ്പെടും. ഇനിയും എഴുതണം." ഈ കഥ സമുദായത്തിലെ അനാചാരങ്ങൾ തുറന്നെതിർക്കുന്ന പ്രതീകാത്മകമായ കഥയാണ്. പൗരോഹിത്യചൂഷണത്തിന്റെ കഥ. മതാചാരങ്ങൾ മുൻനിർത്തിയുള്ള ചൂഷണം. അന്ധവിശ്വാസത്തിനെതിരായ കൂരമ്പ്. ഈ കഥ അങ്ങനെ പല തലങ്ങളിൽ വായിക്കാം. ഇത്തരം കഥകളാണ് നവയുഗത്തിന്നാവശ്യവും. ഖാദറിനോട് പറയാനുള്ളത്, സഖാവ് ഭയപ്പെടരുത്. സമുദായത്തിൽനിന്നു വിലക്കുകൾ, അകറ്റിമാറ്റലുകൾ, ഊരുവിലക്കുകൾ എല്ലാം നേരിടേണ്ടിവരും. ഭയപ്പെടരുത് ഉറച്ചുനിൽക്കണം. പറഞ്ഞ ആശയത്തിൽ നിന്നും പിന്നോട്ടടിക്കരുത്. ഇത്തരമൊരു കഥ എഴുതിയത് അബദ്ധമായി തെറ്റായി പിൻവലിക്കുന്നു എന്നൊക്കെ പറയുവാൻ പ്രേരണയുണ്ടാവും, ഭീഷണിയുണ്ടാവും. പുരോഗമനാശയങ്ങളിൽനിന്ന് പിന്തിരിപ്പിക്കാനുള്ള ശ്രമം ഉണ്ടാവും. കഥയിൽനിന്ന് ഒരു കാരണവശാലും പിൻവാങ്ങരുത് എന്നാണ് പറയാനുള്ളത്. ഞങ്ങൾ അതിലുറച്ചുനിൽക്കും..."

എനിക്കാകപ്പാടെ ഒരു ഉൾഭയം ഉണ്ടായത് അപ്പോഴായിരുന്നു. സത്യത്തിൽ നാട്ടിലുണ്ടായ എതിർപ്പുകളൊന്നും ഞാൻ കൂട്ടാക്കിയിരുന്നില്ല. പള്ളിക്കമ്മറ്റിക്കാർ പടവാളോങ്ങിയപ്പോഴും ഞാനത് ഗൗനിച്ചിരുന്നില്ല. എഴുത്തുകാരനെന്ന നിലയ്ക്ക് കഥയിൽ അതിന്റെ ആശയത്തിൽ ഉറച്ചു നിൽക്കണമെന്ന് പറഞ്ഞപ്പോഴാണ് എഴുത്തിന്റെ ഗൗരവത്തെക്കുറിച്ചും എഴുത്തുകാരനെന്ന നിലപാടിനെക്കുറിച്ചും ഓർത്ത് ഞാനന്തം വിട്ടത്. സ: കെ. ദാമോദരന്റെ വാക്കുകൾ മനസ്സിലായിരുന്നു ഏറെ മുഴക്കമുണ്ടാക്കിയത്. ഞാനവിടെയാണ് ഉറച്ചുനിൽക്കേണ്ടത് എന്ന ബോധ്യം നവയുഗം ആഫീസിന്റെ നടുത്തളത്തിലെ ഒത്തുചേരലിൽ കേൾക്കേ കേൾക്കേ ഉള്ളാകെ ഉറച്ചുകട്ടിയാവുകയായിരുന്നു.

ദേശാഭിമാനിയാഫീസിന്റെ നെടുമ്പുരയ്ക്കകത്തെ നടുത്തളത്തിൽ എന്നെ കൂട്ടിക്കൊണ്ടുവന്ന എൻ.ഇ. ബാലറാം പറഞ്ഞു. "ഖാദർ സഖാവ് ഒരു ചെറിയ നോവൽ എഴുതണം. വരാന്തപ്പതിപ്പിന്റെ ആവശ്യത്തിനാണ്. ഇന്ന് നാട്ടിൽ ചെന്ന് നോവൽ എഴുതുന്ന കാര്യം ആലോചിക്കണം. വാരാന്തപ്പതിപ്പിൽ കൊടുക്കാം."

ബാലറാം സഖാവ് ചോദിച്ചു: "നാട്ടിലേക്ക്?"

"വൈകുന്നേരം ട്രെയിനുണ്ട്."

വൈകുന്നേരത്തെ ട്രെയിനിൽ കയറിയ ഉടനെ മനസ്സിലെ കഥാംശങ്ങൾ ചിക്കിച്ചിനയുകയാണ്. ഒരു നോവൽ ദേശാഭിമാനി വാരാന്തപ്പതിപ്പ്.

പിറ്റേന്ന് രാവിലെ, കൂട്ടുകാരിരുന്ന് ബീഡി തെറുത്ത് ലോകകാര്യം ചർച്ച ചെയ്യുന്നിടത്തേ പ്രഭാതപരിപാടികൾക്കായി ഞാനെത്തി. സഖാവ് കെ. ദാമോദരനെക്കണ്ട കാര്യം പറഞ്ഞു.

പാട്ടബാക്കി നാടകം ഞാനടക്കം കുറേ സഖാക്കൾ ജയിലിൽ നാടകം പോലെ പറഞ്ഞ് അവതരിപ്പിച്ചിരുന്നു. അന്ന് പൊലീസ് ഞങ്ങളെയിട്ടു പെരുമാറിയതൊന്നും മറക്കൂലാ സഖാവേ..."

"നാട്ടിലും അന്നങ്ങനെയായിരുന്നല്ലോ..." എസ്.എം. ആലിക്ക ഉറക്കെ ചിരിച്ചു. എന്റെ മനസ്സന്നേരം ഒരു കഥയുടെ മൂശയിലേക്കൊഴിക്കേണ്ട ജീവിതസന്ദർഭം ചിക്കിപ്പരതുകയായിരുന്നു. അങ്ങനെ അന്നുരാത്രിയും അടുത്ത ദിവസം രാത്രിയും തൊട്ടടുത്ത ദിവസം രാത്രിയും മൂന്നു രാത്രികൾ 'ഒരു മാപ്പിളപ്പെണ്ണിന്റെ ലോകം' എന്ന നീണ്ടകഥ എഴുതിത്തീർത്തു. അടുത്ത ദിവസം കഥയുമായി വീണ്ടും ദേശാഭിമാനിയിലേക്ക് ഒരു യാത്ര കൂടി. ദേശാഭിമാനിയുടെ വാരാന്തപ്പതിപ്പിൽ ഒമ്പത് ലക്കങ്ങളിലായി എന്റെ ആദ്യത്തെ നീണ്ടകഥ 'ഒരു മാപ്പിളപ്പെണ്ണിന്റെ ലോകം' പ്രത്യക്ഷപ്പെട്ടു. ഡിസ്ട്രിക്റ്റ് ബോർഡ് പ്രസിഡണ്ടായ പി.ടി. ഭാസ്കരപ്പണിക്കർ മുഖവുര എഴുതിത്തരികയും ചെയ്തു. കണ്ണൂരിൽ തെരഞ്ഞെടുപ്പിൽ ജയിച്ചു വന്ന് ഡിസ്ട്രിക്റ്റ് ബോർഡ് വൈസ് പ്രസിഡണ്ടായി ചുമതലയേറ്റ സഖാവ് മൂസ്സാൻകുട്ടിമാഷായിരുന്നു പ്രസിഡണ്ട് പി.ടി. ഭാസ്ക്കരപണിക്കരെ എനിക്ക് പരിചയപ്പെടുത്തിത്തന്നത്. മൂസ്സാൻകുട്ടിമാസ്റ്ററെ എനിക്കറിയാമായിരുന്നു. ജനകീയമുക്കിലെ തെറുപ്പുകാരായ മുസ്‌ലിം സഖാക്കള് എസ്.എം. ആലിക്ക, അദ്രമാൻകുട്ടിക്ക, മമ്മിക്ക, സി.എച്ച്. കാതൃക്കുട്ടി, മാക്കൂട്ടത്തിൽ ബാവ എന്നിവരും മറ്റു തൊഴിലാളികളും ഒരു സംഘടന അണിയറയിൽ രൂപപ്പെടുത്തുന്നുണ്ടായിരുന്നു. അങ്ങനെയൊന്ന് ഉണ്ടാക്കുന്നതിനെക്കുറിച്ച് ആലോചനകൾ നടത്തുന്നുണ്ടായിരുന്നു. സഖാക്കളായ കുഞ്ഞിരാമേട്ടനും ചന്തുക്കുട്ടിനായരും ശ്രീധരനും കൃഷ്ണൻമാസ്റ്ററുമൊക്കെയാണ് അതിന്റെ ഉപദേശനിർദ്ദേശങ്ങൾ നൽകുന്നത്. ആ ചർച്ചകൾക്ക് മൂർത്തരൂപം നൽകാനെത്തിയവരിൽ ഒരാളായിരുന്നു കണ്ണൂരിലെ മൂസാൻകുട്ടിമാസ്റ്റർ.

ആ പരിചയമാണ് പി.ടി. ഭാസ്കരപ്പണിക്കരുമായി കൂടിച്ചേരാൻ സംഗതിയാക്കിയത്. ദേശാഭിമാനി വാരാന്തപ്പതിപ്പിന്റെ ഭാഗങ്ങൾ ഞാൻ പ്രത്യേകം കൊടുക്കേണ്ടിവരില്ല. പത്രാധിപസമിതിയിലെ ബാലറാം പറഞ്ഞു. "പണിക്കർ സാർ വായിച്ചിട്ടുണ്ടാവും, ഇഷ്ടപ്പെട്ടെങ്കിൽ എഴുതിത്തരും. ഞാനും പറയാം."

അങ്ങനെ ദേശാഭിമാനിയുടെ അക്കാലത്തെ പ്രത്യേക പതിപ്പുകളിലെല്ലാം എനിക്കെഴുതാനായി. കേരളപ്പിറവിദിനത്തിൽ ദേശാഭിമാനി ദിനപത്രം പ്രസിദ്ധപ്പെടുത്തിയ പ്രത്യേക ദിനപത്രത്തിൽ നടുപ്പേജ് നിറയെ എന്റെ കഥ അച്ചടിച്ചുവന്നു. കഥയുടെ പേര് 'കാടുകൾ നാടുകളായ ചരിത്രം' എന്നായിരുന്നു. തിരുവിതാംകൂറും കൊച്ചിയും മലബാറും ഒന്നിച്ചു ചേർന്നുള്ള ഒരു കുടിയേറ്റ ഗ്രാമത്തിന്റെയും ഗ്രാമീണ കർഷകരുടെയും ജീവിതമായിരുന്ന ആ കഥ 'കാടുകൾ നാടുകളായ ചരിത്രം'.

ഗുരുവരൻ എസ്.കെ പൊറ്റെക്കാട്ടിന്റെ 'വിഷകന്യക'യെന്ന നോവൽ

പലയാവർത്തി വായിച്ച മനസ്സിൽ കിളർന്നുരുവായ കഥ. ദേശാഭിമാനി യാവശ്യപ്പെട്ട് എഴുതിയ ആദ്യകഥ.

കേരളപ്പിറവിക്ക് മുമ്പ് പഞ്ചായത്തുകളിൽ നടന്ന തെരഞ്ഞെടുപ്പിന്റെയും ഡിസ്ട്രിക്ട് ബോർഡ് തെരഞ്ഞെടുപ്പിന്റെയും പാർട്ടി സമ്മേളന കൂട്ടായ്മകളിലെയും പ്രവർത്തനങ്ങൾക്കിടയിൽ ഒരാശ്രയം പോലെ അഭയംപോലെ ഞാനെത്തിപ്പെടാറുള്ള ദേശാഭിമാനി ചുറ്റുവട്ടം. അന്ന് എഴുത്ത് മനസ്സിന്റെ ചൂടാന്തരങ്ങൾ കോരിപ്പകരാൻ ഞാൻ ഏറെ യാശ്രയിച്ചത് ദേശാഭിമാനിത്താളുകളെയാണല്ലോ. അവിടെയാണ്, വിവാഹാനന്തരം ഇനിയെന്ത് എന്ന് ആകുലതയിൽ നട്ടം തിരിയുന്ന സമയത്ത് ഒരു അത്താണിപോലെ പി.ആറിന്റെ വിളി വന്നത്.

“മിസ്റ്റർ ഖാദർ, പെട്ടെന്ന് എന്നെ വന്നുകാണുക. കാര്യങ്ങൾ മുഖ ദാവിൽ പറയാം. സുഖമാണല്ലോ. പി.ആർ.”

തുടക്കത്തിൽ സൂചിപ്പിച്ച കാര്യം ഒന്നുകൂടി പറയട്ടെ. വിവാഹസമ്മാന മായി ദേശാഭിമാനി പ്രവർത്തകർ എന്റെ കീശയിലിട്ട കവറിന്റെ കാര്യം സൂചിപ്പിച്ചിരുന്നല്ലോ. കല്യാണം കഴിഞ്ഞ പിറ്റേന്ന് കിഴി തുറന്നുനോക്കി. കവർ ബാപ്പയുടെ കൈയിലായിരുന്നു. ആകാംക്ഷയോടെ തുകയെണ്ണി നോക്കിയത് അദ്ദേഹമാണ്. ‘എന്തൊക്കെയോ’ എഴുതിക്കൂട്ടുന്നതിന് സമ്മാനമായി എന്തു നൽകിയെന്നറിയാനുള്ള ആകാംക്ഷ ഒരുപക്ഷേ, അദ്ദേഹത്തിനുണ്ടാവാം.

ദേശാഭിമാനി സുഹൃത്തുക്കൾ അന്നു നൽകിയ തുക അഞ്ഞൂറ് ഉറുപ്പികയായിരുന്നു. അന്ന് മാർക്കറ്റിൽ ഒരു പവൻ സ്വർണനാണയത്തിന് എൺപത് ഉറുപ്പികയാണ് വില. കാലം 1958 ഫെബ്രുവരി. ആ പണവും ബാപ്പ റങ്കൂണിൽനിന്ന് സമ്പാദിച്ചു മകനായി നൽകിയ അത്രതന്നെ തുക 500 രൂപയും കൂട്ടി വെറുതെ നേരം കളയുന്ന മകന് ശുദ്ധാത്മാവായ പിതാവ് പയ്യോളിയിലെ പുതിയനിരത്ത് അങ്ങാടിയിൽ ഒരു ചായപ്പൊടി ക്കച്ചവടം തുറന്ന് താക്കോൽ ഏല്പിച്ചു. മകൻ അവിടെയിരുന്ന് കച്ചവട ക്കാരനായി തളിർത്തു പന്തലിക്കട്ടെ. ജീവിതത്തിൽ കച്ചവടം എന്ന കുല ത്തൊഴിലല്ലാതെ മറ്റൊരു ജീവിതോപായത്തെക്കുറിച്ച് ചിന്തിക്കാൻ പോലും എന്റെ പിതാവിന്നറിയില്ലായിരുന്നു. മകൻ പൈതൃകപാരമ്പര്യം തുടരട്ടെ എന്ന് പിതാവ് സ്വാഭാവികമായും ആഗ്രഹിച്ചുകാണും. വേറൊരു ഗതിയും പരഗതിയും തൽക്കാലം കാണാത്തതിനാൽ മകൻ ചായപ്പൊടി ക്കച്ചവടക്കാരനായി പയ്യോളി പുതിയ നിരത്തങ്ങാടിയിൽ, കോടതിക്ക് നേരെ എതിർവശത്തെ പീടികമുറിയിൽ കച്ചവടം ചെയ്യാനിരുന്നു. പീടിക യ്ക്ക് പേരുമിട്ടു.

“ഫാത്തിമാ ടീ എംപോറിയം.”

എന്റെ ശ്രീമതിയുടെ പേരിൽ ആരംഭിച്ച ചായപ്പൊടിക്കച്ചവടം. ദേശാഭി മാനി പത്രത്തിൽ തന്നെ (ദേശാഭിമാനി പത്രത്തിൽ മാത്രം) ഒരു പരസ്യവും ഞാൻ നൽകി. അതിപ്രകാരമായിരുന്നു.

“ലോകത്തിന് മുഴുവൻ നല്ല തേയില ആവശ്യമുണ്ട്. ആ ആവശ്യം പരമാവധി നിറവേറ്റാൻ ഫാത്തിമാ ടി എംപോറിയം ഉടമസ്ഥൻ ബാധ്യസ്ഥനാണ്. യു.എ. ഖാദർ.”

ഇതായിരുന്നു പരസ്യം. ആ പരസ്യം വള്ളിപുള്ളി മാറ്റാതെ അങ്ങനെ തന്നെ ദേശാഭിമാനി പത്രം രണ്ടു കോളത്തിൽ ചുറ്റും ബോർഡറിട്ട് അക്കാലത്ത് പരസ്യപ്പെടുത്തി. 1958 മാർച്ചിലോ തൊട്ടടുത്ത മാസമോ? ഞാനോർക്കുന്നില്ല. ഗോപാലൻകുട്ടി മേനോൻ അയച്ച പരസ്യം പ്രസിദ്ധപ്പെടുത്തിയ പത്രത്തിന്റെ വൗച്ചർകോപ്പിയും ബില്ലും അന്നുതന്നെ എനിക്കയച്ചു കിട്ടിയിരുന്നു. ഞാനാകട്ടെ ഇതേവരെ ആ കടം വീട്ടിയിട്ടില്ല.

ഏഴോ എട്ടോ മാസം മാത്രമേ ആ കച്ചവടത്തിന് ആയുസ്സുണ്ടായിരുന്നുള്ളൂ. ആ കച്ചവടപ്പീടിക പുതിയ നിരത്തങ്ങാടിയിലെ എഴുത്തുകാരും കവികളും വൈകുന്നേരങ്ങളിൽ സംഗമിക്കുന്നയിടമായി പെട്ടെന്ന് പേരെടുത്തു. അവിടെ സായന്തനങ്ങളിൽ വി.ടി. കുമാരൻമാസ്റ്ററുണ്ടാവും. കെ.പി. വാസുവുണ്ടാവും. പള്ളിക്കര മുഹമ്മദുണ്ടാവും. ആവള കുഞ്ഞിരാമക്കുറുപ്പുണ്ടാവും. കെ.പി. കായലാട്ട് കുഞ്ഞിരാമൻ, കാരയാട്ട് അങ്ങനെയുള്ളവർ ആ പീടികയിൽ ഇരുന്നാണ് കുറുമ്പ്രനാട് താലൂക്ക് കവി കാഥിക സമ്മേളനം എങ്ങനെയെല്ലാം വിജയകരമായി നടത്താമെന്നുള്ള ആലോചനകൾ നടന്നത്. പദ്ധതികൾ ആസൂത്രണം ചെയ്തത്. പെരുമാൾപുരത്തെ സ്കൂളിൽ ഗംഭീരമായി സാഹിത്യസംഗമം നടന്നു.

ചായപ്പൊടിപ്പീടിക ഏതു നിമിഷവും പൂട്ടുമെന്നായി നില. വിറ്റുവരവെല്ലാം ചെലവായിപ്പോയി. പകരം ചായപ്പെട്ടികൾ വലിയങ്ങാടിയിൽ ചെന്നു വാങ്ങിയാലേ കച്ചവടം പുനരാരംഭിക്കാൻ പറ്റൂ എന്ന പരുവത്തിലായത് പെട്ടെന്നാണ്. ഞാൻ ഭാര്യവീട്ടിൽ തന്നെയായി താമസം. വീട്ടിൽ പോകാറില്ല. എം.സി. ഇബ്രാഹിമിന്റെ ബീഡിപ്പീടികയിൽ ചെല്ലാറില്ല. സഖാക്കളാരെയും കാണാറുമില്ല. ആ കാലഘട്ടത്തിലാണ് സഖാവ് പി.ആറിന്റെ കത്ത്.

“ഈ കത്ത് കിട്ടിയാലുടനെ...”

എനിക്കുള്ള കത്ത് കൊയിലാണ്ടി ലോക്കൽ കമ്മിറ്റിയിലാണാദ്യം എത്തിയത്. അവർ സ്വാഭാവികമായും ഇബ്രാഹിമിന്റെ പീടികയിലെത്തി. ജില്ലാ ഘടകത്തിലെ പി.ആറിന്റെ കത്തായതിനാൽ സഖാവിനെ കണ്ടുപിടിച്ച് കത്തു കൊടുക്കണം.

കത്ത് തിക്കോടി പാർട്ടിയാഫീസുമായി ബന്ധപ്പെട്ട സഖാവ് തൈക്കണ്ടി കുട്ട്യേമി വശം കൊടുത്തയയ്ക്കുന്നു. അന്നു ഭാര്യവീട്ടിൽ ഉറക്കമുണർന്നിരിക്കുന്ന എന്റെ മുമ്പിൽ സഖാവ് കുട്ട്യേമിക്ക പ്രത്യക്ഷപ്പെട്ടു.

ഞാനാണെങ്കിൽ പുതിയ നിരത്തിലെ കച്ചവടപ്പീടികയിൽ എന്തിനിനി പോകുന്നു എന്ന് തളർന്ന മനസ്സോടെ ഇരിപ്പാണ്. ഒഴിഞ്ഞ ചായപ്പൊടി

പ്പെട്ടികൾക്ക് വൈകുന്നേരംവരെ കാവലിരുന്ന് കച്ചവടമാടാൻ വയ്യ. കൂട്ടുകാർ കവികളും കാഥികന്മാരും സഹൃദയരും ഒത്തുചേരുന്ന വൈകുന്നേരം മാത്രം ഞാനും ചെന്നാൽ മതിയല്ലോ.

സഖാവ് കുട്ട്യേമിക്ക കത്തെനിക്ക് തന്നു. കത്ത് പി.ആറിന്റേതാണ്. പൊളിച്ചുവായിച്ചു കേട്ട ഭാര്യ പറഞ്ഞു: "ചെല്ല്, ഒരു വഴി തുറന്നതാവും."

അങ്ങനെയാണ് ദേശാഭിമാനി പത്രത്തിൽ 1958ലെ അവസാനമാസങ്ങളിൽ ഞാനെത്തുന്നത്. മനസ്സിൽ ഒരു നേരിയ ശങ്കയുണ്ടായിരുന്നു. സഖാവ് ഗോപാലൻകുട്ടി മേനോൻ ചായപ്പൊടിക്കച്ചവടക്കാരന്റെ പരസ്യപ്പണം ഇനിയും പിരിഞ്ഞുകിട്ടിയില്ലല്ലോ എന്ന് പരാതിയുമുന്നയിച്ച് എന്റെ നേരെ ചാടിവീഴുമോയെന്ന വെറും ഭയം...

ആ ഭയം അസ്ഥാനത്തായിരുന്നു. ജീവിതത്തിന്റെ ജീവോന്മേഷദായകമായ ഒരു 'ക്രിയാനിർവ്വഹണം' എനിക്കാവുമോ എന്ന തോന്നലായിരുന്നു അന്ന് എന്റെ മനസ്സാകെ. സുപരിചിതരുടെയിടയിൽ അനാവശ്യമായ ഉള്ളാന്തൽ... പുതിയ ദൗത്യം ചുമലേൽക്കാൻ ആവുമോ? പി.ആർ. പറയുന്നു: "സ: ഖാദർ ഈ ജോലി ഏറ്റെടുക്കണം. പ്രപഞ്ചം വാരികയുടെ ചുമതല..."

നാല്

രാവിലെ ഒമ്പത് മണിക്ക് വെള്ളയിൽ (കോഴിക്കോട് നോർത്ത്) റെയിൽവേ സ്റ്റേഷനിൽ കണിശം എത്തിച്ചേരുന്ന കണ്ണൂർ ഷൊർണൂർ പാസഞ്ചറാണ് സ്ഥിരമായ പോക്കുവരവിനെനിക്ക് പാകം. വൈകുന്നേരം അഞ്ചരയ്ക്ക് അപ്രകാരം തന്നെ വടക്കോട്ടേക്കും ഒരു ലോക്കലുണ്ട്. ആറ് ഏഴ്മണി ഇരുട്ടുന്നതോടെ തിരിച്ചെത്താനും സൗകര്യം. അതോർത്താവും എന്റെ ജോലിക്കാര്യമൊക്കെ വിശദീകരിച്ചശേഷം സ: പി.ആർ. പറഞ്ഞത്: "ഖാദർ തൽക്കാലം ഒരു മാസത്തേക്ക് സീസൺ ടിക്കറ്റ് വാങ്ങിക്കോളൂ. അതാ നല്ലത്."

ഞാനാ നിർദ്ദേശം അന്നുതന്നെ സ്വീകരിച്ചു. പെണ്ണുംപിള്ളയ്ക്കും അത് ഏറെ സ്വീകാര്യം... എന്റെ നിത്യചിട്ടകൾക്ക് ഒരു ക്രമനിഷ്ഠയൊക്കെ വരുമല്ലോ. അലച്ചിലും നിൽക്കും.

വെള്ളയിൽ തീവണ്ടിയിറങ്ങിയാൽ സഹയാത്രക്കാരായ സോമേട്ടനും മാധവൻ നമ്പ്യാരുമുണ്ടാവും. സോമേട്ടന് ജില്ലാ കോടതിയിലാണ് ജോലി. ദേശാഭിമാനിയാപ്പീസ് വരെ അദ്ദേഹം കൂട്ടിനുണ്ടാവും. ഇ.സി. മാധവൻ നമ്പ്യാർക്ക് മാതൃഭൂമിയിലാണ് ജോലി. പത്രാധിപരായ ശ്രീ. ടി.പി.സി. കിടാവിന്റെ മകനാണ്. നാട്ടുകാരനും സഹപാഠിയുമാണ്. പഠിക്കുന്ന കാലത്ത് നല്ല പ്രാസംഗികനും സാഹിത്യത്തെക്കുറിച്ചൊക്കെ ലേശം പിടിപാടുള്ളവനുമായിരുന്നു. സ്കൂൾ വിട്ടതിനുശേഷം മാതൃഭൂമിയിൽ കയറിയ

ആളാണ്. അവിടെ പ്രൂഫ് വായനക്കാരിൽ ഒരാളാണ്. സാക്ഷാൽ കുട്ടിക്കൃഷ്ണമാരാരുടെ പ്രിയ ശിഷ്യൻ. കഥയെഴുതും. സാഹിത്യക്കമ്പവും ചുകപ്പൻ രാഷ്ട്രീയവുമായി കെട്ടിത്തിരിയുന്ന എനിക്ക് പത്രപ്രവർത്തനം എങ്ങനെയൊക്കെയാണെന്നത് മനസ്സിലാക്കിത്തരാനാണ് യാത്രയിലുട നീളം മാധവൻ നമ്പ്യാർ അനുഗമിക്കുന്നത് എന്നാണ് കക്ഷി പറയാറ്. മാതൃഭൂമിയിൽ ജോലിയുള്ള ആൾക്ക് കോഴിക്കോട് തീവണ്ടിയാപ്പീസിലിറങ്ങുന്നതാണല്ലോ സൗകര്യം. ചെറൂട്ടി റോഡിൽ നാലാം ഗെയിറ്റിന്റെ സന്തിൽ വെച്ച് മാധവൻ നമ്പ്യാർ യാത്ര പിരിയും. സോമേട്ടനും ഞാനും കോൺവെന്റ് റോഡിലൂടെ കോടതി നിരത്തിൽ കയറി സോമേട്ടൻ കോടതി ഗെയിറ്റിലേക്കും ഞാൻ ദേശാഭിമാനി വളപ്പിലേക്കും കയറുന്നു.

ദേശാഭിമാനി ആഫീസിന്റെ പടിഞ്ഞാറ് ഭാഗത്തെ കെട്ടിടയോരങ്ങളിലൂടെ നീങ്ങി വലത്തോട്ട് തിരിഞ്ഞാൽ പത്രാധിപസമിതിയംഗങ്ങൾ ഇരിക്കുന്ന മുറിക്കപ്പുറത്തെ ചായ്പിന്റെയറ്റത്തെ ചെറിയ മുറിയിലാണ് എനിക്കുള്ള സീറ്റ്. അതാണ് പ്രപഞ്ചം വാരികയുടെ ആഫീസ്. തൊട്ടുമുന്നിൽ ടി.വി.കെയുടെ മേശയും കസേലയും. എനിക്കഭിമുഖമായിട്ട മേശയും കസേലയും പ്രപഞ്ചം വാരികയുടെ ഏജൻസി കണക്കുകൾ തയ്യാറാക്കുന്ന ആൾക്ക് ഇരിക്കാനുള്ളതാണ്. ആ സീറ്റിൽ ആളില്ല. പ്രപഞ്ചത്തിന്റെ ഏജൻസി കാര്യങ്ങൾ തൽക്കാലം ശ്രദ്ധിക്കുന്നത് ദേശാഭിമാനി മാനേജ്മെന്റ് ഭാഗത്തിരിക്കുന്ന സഖാവ് കെ.ടി. ഗോപാലനാണ്. കാഷ്യർ ചന്ദ്രൻ പണസംബന്ധമായ പ്രപഞ്ച ചുമതലകൾ ഏറ്റെടുത്തിട്ടുണ്ട്. തൽക്കാലം എന്റെ സീറ്റിനു മുമ്പിലിട്ട് കസേലകളിൽ ആരുമുണ്ടാവില്ല. എന്നാൽ വൈകുന്നേരമാവുമ്പോൾ അവകളിലൊക്കെ ഇരുന്ന് വർത്തമാനം പറയുവാനും പ്രപഞ്ചത്തിന്റെ നടത്തിപ്പുകാര്യങ്ങൾ തീരുമാനിക്കാനും എത്തിക്കൂടുന്നവരോ? ആദ്യദിവസം അവരെയെല്ലാം നേരിൽ ക്കാണാൻ തരപ്പെട്ടിരുന്നു. ടി.വി.കെയാണ് അവരെയെല്ലാം എനിക്ക് പരിചയപ്പെടുത്തിത്തന്നത്.

ജോലിക്ക് ചെന്ന അന്ന് ദേശാഭിമാനി ചായ്പിന്റെ വടക്കേയറ്റത്തെ മുറിയിലിരിക്കുന്ന പി.ആർ. നമ്പ്യാരെയാണല്ലോ ഞാനാദ്യം കണ്ടത്. 1958ലെ ഒടുവിലാവുമ്പോഴുമുള്ള വരവിൽ ആഫീസിനകം ആകെ മാറിയിരുന്നു. അച്ചുകൂടം ഫ്ളാറ്റ് ബെഡ് റോട്ടറി യന്ത്രമായി പുരോഗമിച്ചിട്ടുണ്ട്. ഫ്ളാറ്റ് ബഡ് റോട്ടറി യന്ത്രങ്ങൾ സ്ഥാപിച്ചത് ദേശാഭിമാനി നെടുമ്പുരയ്ക്കകത്തെ വിശാലമായ ഹാളിലാണ്. മുകളിലെ കണ്ണാടിയോടുകൾ പ്രകാശമാനമാക്കിയ ഹാളിൽ നിറഞ്ഞുകിടക്കുന്ന റോട്ടറി യന്ത്രങ്ങൾ അദ്ഭുതത്തോടെയാണ് ഞാൻ നോക്കിനിന്നത്. പുതിയ ജോലിക്കാര്യത്തെക്കുറിച്ചു വിശദീകരിക്കുന്നതിനിടയിലാണ് അച്ചടിയന്ത്രത്തേയും അതിന്റെ പ്രവർത്തനത്തെയും കുറിച്ച് പറഞ്ഞു മനസ്സിലാക്കിത്തന്നത്. അന്നേരം ഫ്ളാറ്റ് ബഡ് റോട്ടറി യന്ത്രങ്ങൾ പ്രവർത്തിക്കുന്നുണ്ടായിരുന്നു. കടലാസുചുരുളുകൾ കറങ്ങിനീങ്ങുന്നതും അച്ചടിപ്പലകയിലൂടെ പ്രവഹിക്കുന്നതും കണ്ട് അതിശയത്തോടെ ഞാനന്നേരം ചോദിച്ചു. “ഈ കെട്ടിടം കുലുക്കത്തിലും മുഴക്കത്തിലും...”

അത്രയേ പറഞ്ഞുള്ളൂ. പി.ആർ. സ്വതസിദ്ധമായ നർമ്മത്തിൽ എന്റെ സംശയം പൂരിപ്പിച്ചു. "സഖാവേ, ഫ്ളാറ്റ് ബഡ് റോട്ടറിയന്ത്രത്തിന്റെ കുലുക്കംകൊണ്ട് ഈ പഴയ കെട്ടിടത്തിന് കേടൊന്നും വരില്ല. അച്ചടിയന്ത്രം കെട്ടിടം ചെന്നിടിക്കുന്ന പണിയല്ലല്ലോ ചെയ്യുന്നത്. സഖാവ് ഒട്ടും പരിഭ്രമിക്കേണ്ട."

നെടുമ്പുരയ്ക്കകത്തിരുന്ന് ജോലി ചെയ്തിരുന്ന സഹപത്രാധിപന്മാരെല്ലാം ദേശാഭിമാനി കെട്ടിടത്തിന്റെ വടക്കുവശത്തെ ജില്ലാ കമ്മ്യൂണിസ്റ്റ് പാർട്ടിയുടെ ആഫീസിന്റെ പാർശ്വത്തിലുള്ള ഹാളിലായിരുന്നു എഡിറ്റോറിയൽ റൂം ഒരുക്കിയത്. ജില്ലാ കമ്മിറ്റിക്കകത്തെ ഹാളിന് തൊട്ടടുത്ത് തെക്കുവശം മതിലിന് തൊട്ടടുത്ത ഓഫീസ് ഹാളിലാണ്. നല്ല സൗകര്യമുണ്ടായിരുന്നു. പടിഞ്ഞാറ് വശത്തെ വാതിൽ തുറന്നു ചെന്നുകയറുന്നത് പ്രൂഫ് റീഡർമാരുടെയിടയിലേക്കാണ്. അപ്പോഴുണ്ടായിരുന്നവരെ പി.ആർ. തന്നെയാണ് പരിചയപ്പെടുത്തിയത്. "ശ്രീദേവി കക്കാട്, ജയശ്രീ അറുമുഖൻ, സഖാവ് നാണു വടകരക്കാരനാണ്. സഖാവ് ശ്രീധരൻ മഞ്ചേരി ഭാഗത്ത് നിന്ന് വന്ന ആളാണ്. പകൽ കോളേജ് പഠിത്തം. താമസം പാർട്ടി ജില്ലാ കമ്മിറ്റിയാഫീസിൽ." (ശ്രീധരൻ എന്നുതന്നെയാണ് പേരെന്നോർക്കുന്നു. മാറ്റമുണ്ടെങ്കിൽ, ഓർമ്മ പിശകിന് ക്ഷമിക്കുക, തിരുത്താവുന്നതാണ്.)

സഹപത്രാധിപന്മാരെയെല്ലാം മുമ്പേ പരിചയപ്പെട്ടതാണല്ലോ. സഖാവ് എൻ.ഇ. ബാലറാം തിരുവനന്തപുരത്തേക്ക് പോയെന്നാണറിഞ്ഞത്. മണ്ണാലത്ത് ശ്രീധരൻ ദേശാഭിമാനി സഹപത്രാധിപസ്ഥാനത്തിരിക്കുന്നു. നവയുഗം വാരികയുടെ പ്രസിദ്ധീകരണം തിരുവനന്തപുരത്തേക്ക് മാറ്റിയെന്നാണറിഞ്ഞത്. പത്രാധിപന്മാരുടെ മുറിക്കപ്പുറത്ത് ടെലിഫോൺ സജ്ജീകരണങ്ങൾ. മേശപ്പുറത്ത് ടേപ്പ് റിക്കാർഡ് പ്രവർത്തിക്കുന്നു. അതിന്നടുത്തുള്ള മുറിയിൽ പത്രാധിപരായ ഇന്ദുചൂഡനെ എനിക്ക് പരിചയപ്പെടുത്തി തന്നു. പത്രാധിപരോട് പറയുന്നു: "മിസ്റ്റർ ഖാദർ, പ്രപഞ്ചത്തിലേക്ക്, ടി.വി.കെയ്ക്ക് ഒരു തുണയ്ക്ക്."

"അത് നന്നായി. ഖാദറിന്റെ കഥകൾ ഞാൻ ശ്രദ്ധിച്ചിട്ടുണ്ട്. വെൽ. താനിനി എന്റെ തൊട്ടപ്പുറത്ത് തന്നെയുണ്ടാവുമല്ലോ. ചില ഹെൽപ്പ് ആവശ്യമായി വരുമ്പോൾ ഞാൻ തന്നെ വിളിക്കുന്നുണ്ട്."

ഇന്ദുചൂഡൻ സഖാവിന്റെ തെളിഞ്ഞ ശബ്ദവും തെളിവൂറുന്ന മന്ദസ്മിതവും മനസ്സിലന്നേരം തങ്ങിനിന്നു. പക്ഷിനിരീക്ഷണ ലേഖനങ്ങൾ എഴുതുന്ന 'ഇന്ദുചൂഡ'നല്ല മുന്നിലിരിക്കുന്നതും മനസ്സിലാക്കി അത് ആൾ വേറേ. എന്റെ മുന്നിലുള്ള ആൾ മഹാകവി വള്ളത്തോളിന്റെ മകൻ കലാമണ്ഡലവാസി. മുറിയിൽ കയറ്റി സഖാവ് പി.ആർ. പറയുന്നു. "ടി.വിക്കെ ഇപ്പോഴെത്തും. തന്റെ ഡ്യൂട്ടി ടിവിക്കേ പറയും. മാസം അറുപത് ഉറുപ്പിക ശമ്പളമായി വാങ്ങാം. ആവശ്യം വരുമ്പോൾ മുന്നിലെ കാഷിയറോടോ

സഖാവ് ഗോപാലനോടോ പറയാം. ചോദിച്ചുവാങ്ങാം. കാന്റീൻ ടിക്കറ്റും വാങ്ങാം. ശരി സഖാവ് ഇരിക്കൂ."

ഞാനിരുന്നു. അല്പം നിമിഷങ്ങൾക്കകം ടി.വി.കെ. എത്തി. ടി.വി. കെ.പറയുന്നു. "സഖാവ് ഇന്ന് വന്നത് നന്നായി. ഇല്ലെങ്കിൽ ഞാൻ മറ്റൊരു കമ്മിറ്റ്മെന്റിൽ വീഴുമായിരുന്നു. പി.ആർ. എല്ലാം പറഞ്ഞിട്ടുണ്ടാവുമല്ലോ."

പി.ആർ. ഉറക്കെ വിളിച്ചുപറയുന്നു. "ഖാദറിന് നമ്മൾ തൽക്കാലം എന്തു കൊടുക്കുമെന്നത് പറഞ്ഞിട്ടുണ്ട്. പ്രപഞ്ചത്തിന് വേണ്ടി സഖാവ് എന്തു ചെയ്യണമെന്നതിന്റെ ഡീറ്റെയിൽസ് ടി.വി.കെ. പറഞ്ഞോളൂ."

"ഓകെ. ഓകെ." ടി.വി.കെ. തൊട്ടപ്പുറത്തിരുന്ന് ജോലി ചെയ്യുന്ന സഹപത്രാധിപന്മാരുടെയടുത്തേക്ക് പോകുന്ന പോക്കിൽ പറഞ്ഞു. "ഖാദറിന് വൈകീട്ടല്ലേ ട്രെയിൻ. ഞാനിപ്പം വരാം."

ടി.വി.കെ. എഡിറ്റർമാരിരിക്കുന്നിടത്തേക്ക് നടന്നുപോകുമ്പോൾ ഞാൻ ശ്രദ്ധിച്ചത് ആ വെള്ളക്കുപ്പായത്തിന്റെ മുഴുക്കൈയറ്റത്തെ സ്വർണ ത്തിളക്കമുള്ള ബട്ടണുകളായിരുന്നു. കുപ്പായക്കൈ പൂർണമായും മൂടുന്ന സ്വർണക്കുടുക്കുകൾ. ഞാനവ ഇതിനുമുമ്പും ദേശാഭിമാനിയിലേക്കുള്ള അന്നത്തെ ആ വരവുകളിൽ ശ്രദ്ധിച്ചതാണല്ലോ.

ടി.വി.കെയുമായി ആദ്യസൗഹൃദം ആരംഭിച്ചത് ഒരു ലേഖനം മുഖേന യായിരുന്നു. ഞാനന്ന് നിലമ്പൂരിലെ ഒരു മരക്കമ്പനിയിലെ 'റൈട്ടർ' കൂടി യാണ്. ഒരു താത്കാലിക ലാവണം. ആ കഥകൾ വേറെ...

നാട്ടിൽ 'പാർട്ടിക്കാരോടൊപ്പം' കെട്ടിത്തിരിയുന്ന കാലത്ത്, എന്നെ പിടിച്ച് ഒരു ജോലിക്കിരുത്തിയാൽ ഇവന്റെ 'തലതിരിഞ്ഞ കളി' അവ സാനിപ്പിക്കാം, കണ്ണ് തെളിയിക്കാം എന്നു കരുതി കുടുംബത്തിലുള്ള വർ ഉത്സാഹിച്ച് നേടിത്തന്ന ജോലിയാണ്. ഖാൻ ബഹദൂർ ഉണ്ണിക്കമ്മു സാഹിബിന്റെ മകൻ ജനാബ് കെ.പി. മുഹമ്മദ് സാഹിബിന്റെ മരക്കമ്പനി യിൽ ജോലി ചെയ്യുന്ന കാലം. നിലമ്പൂരിലെ യുവജനകലാസമിതി യുമായി ബന്ധം വച്ചകാലം. നിലമ്പൂരിലെ യൂത്ത് അസോസിയേഷനു മായുള്ള പരിചയം വഴിയാണ് നിലമ്പൂർ ബാലനെ കാണുന്നത്. നവ യുഗത്തിലെ കഥാകൃത്താണെന്ന മേൽവിലാസത്തിലാണ് ബന്ധം വികസിക്കുന്നത്. യുവജനകലാസമിതിയിലെ "ഇജ്ജ് നല്ലൊരു മനിസ നാകാൻ നോക്ക്" എന്ന നാടകത്തിന്റെ കാലം. ആ നാടകത്തിൽ പാട്ടു പാടാനായി മച്ചാട്ട് വാസന്തിയെന്ന ഒരു പെൺകുട്ടിയെത്തുന്നു. സഖാവ് മച്ചാട്ടു കൃഷ്ണനെ എനിക്ക് പരിചയമുണ്ടായിരുന്നു. കൊയിലാണ്ടിയിലെ പാർട്ടി യോഗങ്ങളിൽ പാടാനും കഥാപ്രസംഗത്തിനും കണ്ണൂരിൽ നിന്നെ ത്തുന്ന സഖാവ് മച്ചാട്ട് കൃഷ്ണൻ, മകൾ വാസന്തി യുവജനകലാസമിതി യിലെ പാട്ടുകാരിയായി വന്നിരിക്കുകയാണ്. (ഇക്കഥകളൊക്കെ എന്റെ നിലമ്പൂർ കാലത്തിലുണ്ട്.)

അച്ഛൻ സഖാവുമായുള്ള ബന്ധം കാരണം മച്ചാട്ട് വാസന്തിയെക്കുറിച്ച് ഞാനൊരു ലേഖനമെഴുതി. കോഴിക്കോട്ട് വന്നപ്പോൾ ദേശാഭിമാനിയിലെത്തി. ആ ലേഖനം വാരാന്തപ്പതിപ്പിൽ ചേർക്കണമെന്നപേക്ഷിച്ച് അന്ന് വാരാന്തപ്പതിപ്പിന്റെ ചുമതലയുണ്ടായിരുന്ന ടി.വി.ക്കെയെ ഏല്പിച്ചു. ടി.വി.കെ. എന്റെ ആ ലേഖനം പ്രാധാന്യത്തോടെ, വാരാന്തപ്പതിപ്പിൽ പ്രസിദ്ധപ്പെടുത്തി. "ഓരോ പാട്ടുകാരി വളരുന്നു."

മച്ചാട്ടു വാസന്തിയെക്കുറിച്ച് ആദ്യമായി വന്ന ലേഖനം എന്റേതായിരുന്നു എന്നാണ് എന്റെ വിശ്വാസം. ഇന്നും ഇളക്കം തട്ടാത്ത വിശ്വാസം. അങ്ങനെയാണ് ടി.വി.കെയുമായുള്ള എന്റെ ആദ്യപരിചയവും.

പ്രപഞ്ചം വാരിക ആദ്യം ആരംഭിച്ചത് മാസികരൂപത്തിലായിരുന്നു. എസ്.കെ. പൊറ്റക്കാട്ടായിരുന്നു തുടങ്ങിയതും. തുടക്കംമുതലേ പത്രാധിപരും. പല കാരണങ്ങളാൽ പ്രപഞ്ചത്തിന്റെ പ്രസിദ്ധീകരണം തുടർന്നുകൊണ്ടുപോകുവാൻ അദ്ദേഹത്തിന് സാധിച്ചില്ല. അതിന്റെ പ്രസിദ്ധീകരണച്ചുമതല ടി.വി.കെയും പി.ആർ. നമ്പ്യാരും പാലക്കാട്ടെ ചിലരും ഏറ്റെടുത്തു. പാലക്കാട്ട് ജയപാലമേനോനും കൂട്ടരുമായിരുന്നു അതിന്റെ ഒത്താശക്കാരെന്നാണ് എന്റെ അറിവ്.

അക്കാലത്ത് ക്രിസ്ത്യൻകോളേജിലെ ലക്ച്ചറർ ആയിരുന്ന ഒ.വി. വിജയന്റെ ഉത്തരവാദിത്വത്തിൽ, പാലക്കാട്ടെ പലരിൽനിന്നും ധനസ്വരൂപണം നടത്തിയാണ് പ്രപഞ്ചം വാരിക, പത്രിക വീണ്ടും പ്രസിദ്ധപ്പെടുത്താമെന്ന ആശയം ജനിച്ചത്. വാരികയായി ദേശാഭിമാനിയിൽനിന്ന് അച്ചടിച്ച് ഇറക്കും. അച്ചടിയും വിതരണവും ദേശാഭിമാനി വഴി ഉപയോഗപ്പെടുത്താമെന്ന നിശ്ചയത്തിലാണ് വാരികയുടെ പ്രസിദ്ധീകരണം വീണ്ടും തുടങ്ങിയത്. വാരികയുടെ പത്രച്ചുമതല ടി.വി.കെ. ഏറ്റെടുത്തു. മാറ്ററുകൾ സംഘടിപ്പിക്കാനുള്ള ഉത്തരവാദിത്വം ദേശാഭിമാനിയും ഒ.വി. വിജയനും ഏറ്റെടുക്കും. സാമ്പത്തിക കാര്യങ്ങൾ സഖാവ് പി.ആർ. നമ്പ്യാരുടെ നേതൃത്വത്തിൽ – അങ്ങനെയൊരു സംവിധാനം.

പ്രപഞ്ചത്തിന്റെ അഞ്ചാറ് ലക്കങ്ങൾ ഇറങ്ങി. ബോംബെയിൽ ആർ.കെ. കറഞ്ചിയയുടെ നേതൃത്വത്തിൽ പ്രസിദ്ധീകരിച്ച് 'ബ്ലീറ്റ്സ്' വാരികയുടെ മാതൃകയിൽ മലയാളത്തിൽനിന്നാരംഭിച്ച പ്രസിദ്ധീകരണം സംഗതി 'ക്ലച്ച്' പിടിക്കുമെന്ന ശുഭപ്രതീക്ഷയിൽ കാര്യങ്ങൾ മുന്നേറി. പ്രപഞ്ചത്തിന്റെ പിന്നാമ്പുറത്തെ ഒ.വി. വിജയന്റെ അരപ്പേജ് കാർട്ടൂൺ. ചുവടെ അരപേജിൽ കെ.എ. അബ്ബാസിന്റെ എഴുത്തുമാതൃകയിൽ വിജയന്റെ വകയായി ഒരു റൈറ്റപ്പ്. വാരിക ഏതാനും ലക്കങ്ങൾ ഇറങ്ങിയപ്പോഴേക്കും ജനശ്രദ്ധ നേടി. ഈ അവസരത്തിലാണ് കോളേജദ്ധ്യാപനത്തിൽ ശ്രദ്ധയൂന്നാൻ സാധിക്കാത്ത വിജയന് ദൽഹി ശങ്കേഴ്സ് വീക്കിലിയിൽനിന്നും ക്ഷണം വരുന്നത്. ശങ്കേഴ്സ് വീക്കിലിയിൽ കാർട്ടൂണിസ്റ്റ്. ദൽഹിവാസം. വിജയനെപ്പോലെയൊരു പ്രതിഭാശാലിയിരുന്ന് പ്രവർത്തിക്കേണ്ടയിടംതന്നെ. മടിച്ചുനിന്ന വിജയനെ കോഴിക്കോട്ടെ അക്കാലത്തെ

സഹൃദയകൂട്ടായ്മ നിർബന്ധിച്ച് പറഞ്ഞയയ്ക്കുകയാണുണ്ടായത്. മനസ്സില്ലാമനസ്സോടെയാണ് പ്രപഞ്ചവുമായുള്ള ബന്ധം വിട്ട് ദൽഹിക്ക് പോയത്.

എങ്കിലും വിജയന്റെ കാർട്ടൂണും എഴുത്തും തുടരുകതന്നെ ചെയ്യുമെന്ന ഉറപ്പിലാണ് വിജയൻ ദൽഹിക്ക് പോയത്. ആ ഒഴിവിൽ മാറ്ററുകൾ നോക്കാനും സംഘടിപ്പിക്കാനും പ്രൂഫ് നോക്കാനും പേജ് സെറ്റ് ചെയ്യാനും ടി.വി.കെയെ ഹെൽപ്പ് ചെയ്യാനായി ഒരാൾ അത്യാവശ്യം. അതാണ് എന്റെ നിയോഗം. ടി.വി.കെ. പറഞ്ഞു. “വിജയന്റെ മാറ്ററും കാർട്ടൂണും ദൽഹിയിൽ നിന്നെത്തും. സ്പീഡ്പോസ്റ്റ് കൊറിയറിൽ ഒന്നും രണ്ടും പേജിനുള്ള മാറ്റർ ഞാൻ തരും. ബാക്കി പേജുകൾക്കുള്ള മാറ്ററുകൾ ഇവിടെയെത്തും. ഖാദർ അതെല്ലാം സെറ്റ് ചെയ്ത് ചിലതൊക്കെ ചെറുതായി എഡിറ്റ് ചെയ്ത് കമ്പോസിങ്ങിന് കൊടുക്കണം. പ്രൂഫ് നോക്കണം. ഒരാഴ്ചക്കാലം പേജ് കെട്ടുന്നേടത്ത് ഞാൻ വരാം. പിന്നെ അതൊക്കെ ഖാദർ തന്നത്താനെ ചെയ്യണം. അത് ശീലമാവും. സഹായിക്കാൻ ഖാദർ കരുതുന്നതിലും വലിയ ആൾക്കാർ ഇവിടെയെത്തും. അവരെയൊക്കെ പരിചയപ്പെടാം. പിണക്കാതെ നോക്കണമെന്നേയുള്ളൂ. ഖാദറിന് ഇന്നുതന്നെ എല്ലാവരെയും കാണാം. പ്രപഞ്ചത്തിന്റെ മാറ്ററുകൾ ക്രോഡീകരിക്കുന്നത് ഇന്നാണ്. കോർഡിനേഷൻ മീറ്റിംഗ്...”

അന്ന് വൈകുന്നേരമാവുന്നതിനു മുമ്പേ പ്രപഞ്ചം വാരികയുടെ ആഫീസിൽ പലരും കയറിവന്നു. ചിലർ കമ്മ്യൂണിസ്റ്റ് പാർട്ടി ജില്ലാ കമ്മിറ്റിയാഫീസിന്റെ ഭാഗത്ത് കൂടിയുള്ള ഇടവഴിയിലൂടെ വന്ന് കിണറിന്നരികിലൂടെ ‘പ്രപഞ്ച’ ഓഫീസിലെത്തി. മറ്റു ചിലർ മുൻഭാഗത്തെ ഗെയിറ്റ് കടന്നും. മുൻഭാഗത്ത് കൂടി വന്നുകയറിയത് മാതൃഭൂമിയിൽനിന്നും വന്ന കെ. മാധവൻനായരായിരുന്നു. മാധവൻനായരും കൂടെ കെ.പി. വിജയൻ എന്ന ചെറുപ്പക്കാരനും ഉണ്ടായിരുന്നുവോ? കെ.പി. വിജയനാണ് പ്രപഞ്ചം വാരികയ്ക്ക് പ്രയോജനപ്പെടുത്താൻ പാകമായ വിദേശബന്ധ വാർത്തകളുടെ ലേഖനങ്ങൾ കുറിച്ചുതന്നത്. പാർട്ടിയാഫീസിന്റെ മുന്നിലെ ഇടവഴി കടന്നുവന്നത്. ശ്രീ. എം.ആർ. ചന്ദ്രശേഖരനായിരുന്നു. കൂട്ടത്തിൽ പ്രശസ്ത സാഹിത്യനിരൂപകനായ എം. ഷൺമുഖദാസും ഉണ്ടായിരുന്നു. മുൻഭാഗപല്ലുകൾക്കിടയിലൂടെ സിഗരറ്റ് പുകയ്ക്കുന്ന ഷൺമുഖദാസിന്റെ ചിത്രം മനസ്സിലിപ്പോഴും മായാതെയുണ്ട്. എം.ആർ. സി. എന്ന പേരിൽ മാതൃഭൂമി വാരികയിൽ എഴുതുന്ന എം.ആർ. ചന്ദ്രശേഖരനായിരുന്നു പല പേരുകളിലും പ്രപഞ്ചത്തിന്റെ കോളങ്ങളെ സമ്പന്നമാക്കി പ്രകാശിപ്പിച്ചത്. രാജകുമാരൻ എന്ന പേരിലും ചന്ദ്രശേഖരൻ എന്ന പേരിലും പരാശരനായും അദ്ദേഹം ലേഖനങ്ങൾ മുറയ്ക്ക് എഴുതിത്തന്നു. മാനേജർക്ക് ഇരിക്കാൻ മാറ്റിവെച്ച സീറ്റിലിരുന്നാണ് അദ്ദേഹം തുരുതുരാ എഴുതിയത്. എം.ആർ.സിയോടൊപ്പം

കക്കാടും കെ.വി. രാമകൃഷ്ണനനും കയറിവരുന്നു. ആകാശവാണിയിൽ നിന്നുള്ള കക്കാടിന്റെ തിരിച്ചുവരവ് മിക്കപ്പോഴും ദേശാഭിമാനി വഴിക്കായിരുന്നു. ശ്രീദേവിയെയും കൂട്ടി തിരിച്ചുപോകാനാവും എന്നാദ്യം കരുതി. പക്ഷേ, തന്റെ എഴുത്തിന്റേതായ പ്രപഞ്ചതുടിപ്പുകൾ പലതും മുളപൊട്ടിയത്. ഞാനിരിക്കുന്ന കസേരയ്ക്ക് തൊട്ടുമുന്നിലെ ടി.വി.കെയുടെ സീറ്റിലിരുന്നായിരുന്നു. പോകപ്പോകെ പ്രപഞ്ചത്തിൽ മാറ്ററുകൾക്ക് ദാരിദ്ര്യമുണ്ടാവില്ലെന്ന് മനസ്സിലായി.

മാതൃഭൂമിയിൽനിന്ന് എൻ.വി. കൃഷ്ണവാരിയരും വി.എം. കൊറാത്തും വി.എം. ബാലചന്ദ്രനും (വിം.സി)യും പ്രപഞ്ചത്തിൽ എഴുതി. പിൽക്കാലത്ത് പ്രസിദ്ധ കവിയായി ശോഭിച്ച ശ്രീ.കെ.വി. രാമകൃഷ്ണൻ പ്രപഞ്ചത്തിൽ കെ.വി.ആർ. എന്ന് പേരും വെച്ച് ഏറെ ലേഖനങ്ങൾ, പുസ്തകനിരൂപണങ്ങൾ എല്ലാം എഴുതി. ആഴ്ചക്കുറിപ്പുകൾ എന്ന ശീർഷകത്തിൽ സി. രാധാകൃഷ്ണൻ, കണ്ണിമാങ്ങകൾ എന്ന നോവൽ രചിക്കുന്നതിന് മുമ്പ് സി.ആർ. എന്ന പേരിൽ പ്രപഞ്ചത്തിൽ എഴുതിയത് എനിക്കറിയാം. ടി.വി.കെയുമായുള്ള ബന്ധം. സിനിമാനിരൂപണങ്ങൾ തസ്‌വീർ എന്ന എഴുത്തുകാരനും ഭാസി മലാപ്പറമ്പും എഴുതി. പ്രസിദ്ധ നോവലിസ്റ്റായ ഖാലിദ് 'ദീപസ്തംഭം' എന്ന പേരിൽ കച്ചവടക്കപ്പലുകളിലെ ജോലിക്കാരുടെ ജീവിതം പ്രതിപാദിക്കുന്ന നോവൽ അയച്ചുതന്നു. ഈവിധം ആഴ്ചതോറും അച്ചടിമഷി പുരളുന്ന സാഹിത്യകൃതികളുടെയും ലേഖനങ്ങളുടെയും പ്രൂഫ് ഗാലികൾ വള്ളിപുള്ളി വിടാതെ നോക്കി തിരുത്തുന്ന ജോലി എന്റെ ജീവിതം തന്നെയായി മാറുകയായിരുന്നു. ദേശാഭിമാനിയിലെ കമ്പോസിറ്റർമാരുടെയരികിലൂടെ അപ്പപ്പോഴെടുക്കുന്ന ഗാലിപ്രൂഫുകൾ ഏറ്റുവാങ്ങാൻ പകൽനേരങ്ങൾ ചെലവഴിക്കുന്ന യുവാവ്. ആ പ്രസ്ഫോർമാന്റെയും കമ്പോസിറ്റർമാരുടെയും പേരുകൾ മറന്നെങ്കിലും രൂപങ്ങൾ മനസ്സിലുണ്ട്.

പ്രപഞ്ചം വാരികയുടെ അച്ചടിമുതൽ പേജുകെട്ടിയംഗീകരിക്കപ്പെടുന്ന നിമിഷംവരെ ദേശാഭിമാനിയച്ചുകൂടത്തിന്റെ ഇടനാഴികളിലെ ഇയ്യതുണ്ടുകളിലെ അച്ചടിമഷിയുടെ ഗന്ധം ഉൾക്കൊണ്ട് കഴിഞ്ഞ ആ ദിവസങ്ങൾ. പ്രപഞ്ചം വാരികയ്ക്ക് അത്യാവശ്യമായ മാറ്ററുകൾ മടിയൊട്ടുംകൂടാതെ അപ്പോഴൊക്കെ ആവശ്യം പരിഗണിച്ച് എഴുതി തയ്യാറാക്കിത്തരുന്ന കോഴിക്കോട്ട് പരിസരത്തുണ്ടായിരുന്ന എഴുത്തുകാർ... എം.ടിയും എൻ.പിയും ഉറൂബും കടവനാട്ട് കുട്ടികൃഷ്ണനും ദേവനും പട്ടത്തുവിളയും അടങ്ങുന്ന പ്രതിഭാശാലികൾ... അവർ നൽകിയ സ്നേഹസൗമനസ്യങ്ങൾ പതിവ് തെറ്റിക്കാതെ അന്നന്നത്തെ മാറ്ററുകൾ എഴുതിത്തന്ന ഷൺമുഖദാസും കോഴിക്കോടനും നാദിർഷായും ദേശാഭിമാനിയാഫീസിന്നടുത്തുള്ള ചെറിയ ചായ്പിലെയാഫീസിൽ അവരെല്ലാവരും താരതമ്യസൂചകങ്ങൾ മറന്ന് ആഹ്ലാദച്ചിരിയുമായൊത്തുകൂടുന്ന പ്രപഞ്ച

സായാഹ്നങ്ങൾ. പ്രപഞ്ചത്തിന്റെ നടത്തിപ്പുബദ്ധപ്പാടുകൾക്കിടയിൽ ദേശാഭിമാനി പത്രാധിപക്കൂട്ടുകാർക്കിടയിൽ അവർക്ക് ഒത്താശക്കാരനായി രാത്രികാലനിമിഷങ്ങളിലെ വാർത്താസജീവതയിൽ നേരവും കാലവും നോക്കാതെ കെട്ടിമറിഞ്ഞ നാളുകൾ.

ആഴ്ചതോറും ഇറങ്ങുന്ന 'പ്രപഞ്ചം' വാരിക അച്ചടി പൂർത്തിയാക്കി അയയ്ക്കാൻ പാകത്തിൽ കെട്ടുകളാക്കി ഡസ്പാച്ച് സെക്ഷനിലേക്കയയ്ക്കുന്നത് വ്യാഴാഴ്ച രാത്രികളിലാണ്. അന്നെനിക്ക് രാത്രിയും ജോലിയുണ്ട്. വെള്ളിയാഴ്ചയാണ് എന്റെ ഓഫ് ഡേ.

വ്യാഴാഴ്ച വൈകുന്നേരം സഖാവ് കെ.ടി. ഗോപാലൻ ഏജന്റുമാരെ പേരെഴുതിയ സ്ലിപ് എന്റെ കൈയിൽ തരും. ഓരോയിടത്തേയും ഏജന്റുമാർ കോപ്പി, എണ്ണം എല്ലാം തരം തിരിച്ച് വിതരണവിഭാഗത്തിലെത്തിക്കണം. അച്ചടിയുള്ളേടത്ത് ഫൈനൽ പ്രൂഫ് അംഗീകരിച്ച് പ്രസ്സിൽ കയറ്റുന്ന ദിവസം ദേശാഭിമാനിയുടെ പത്രക്കെട്ടുകൾക്കൊപ്പം വിവിധ സ്ഥലങ്ങളിലേക്കുള്ള വാരികയുടെ കെട്ടുകൾ ട്രെയിനിൽ, ബസ്സിൽ, ചിട്ടപ്പടി കയറ്റുംവരെയുള്ള പ്രവർത്തികൾക്ക് സഹായിക്കുന്ന സഖാക്കൾ, ഖാലിദും കോയാമുവും ഭാസ്കരനും. പഴയ നെടുമ്പുരയുടെ തെക്കു കിഴക്കേയറ്റത്ത്വരെ വന്നെത്തുമ്പോൾ... ആ പാതിരാവിന് എങ്ങുനിന്നെല്ലാമോ ഒഴുകിയെത്തുന്ന ഓടയിലെ മലിനജലത്തിന്റെ ഗന്ധകമണമായിരുന്നു. ആ കോഴിക്കോടൻ രാത്രിമണത്തെക്കുറിച്ചും പിന്നീടെപ്പോഴോ ഞാനെഴുതിയിരുന്നു.

ഒരു ദിവസത്തെ ഓഫ് കഴിഞ്ഞ് ഒരു ശനിയാഴ്ച ദിവസം ഞാനെത്തിയപ്പോൾ ദേശാഭിമാനിയിലെ പത്രാധിപസമിതിയിൽ ഒരു പുതിയ അംഗത്തെ കണ്ടു. പ്രപഞ്ചം വാരികയിൽ ഇടയ്ക്കെല്ലാം എഴുതാറുള്ള രണ്ടു സുഹൃത്തുക്കൾക്കൊപ്പമാണ് വന്നത്. അന്നു ഞാൻ രാവിലെ എത്തിയത് ജില്ലാ കമ്മിറ്റിയുടെ ആഫീസ് വഴിക്കായിരുന്നു എന്നുവച്ചാൽ കോൺവെന്റ് റോഡിൽനിന്ന് കിഴക്കോട്ടു തിരിയുന്നിടത്ത് കാണാവുന്ന ഇടവഴിക്കയറ്റം. ജില്ലാ കമ്മിറ്റി സെക്രട്ടറി കോയയിരിക്കുന്നത് വാതിലിന്നടുത്താണ്. ആ വഴിക്ക് വരുമ്പോഴൊക്കെ കാണാം കോയയേയും മുന്നിലായിരിക്കുന്ന സഖാക്കളെയും. ജില്ലാ കമ്മിറ്റിയിൽ സ്ഥിരമായുണ്ടാവുക സഖാവ് ചാത്തുണ്ണിമാസ്റ്ററാണ്. സഖാവ് ഇ.കെ. നായനാരാണ് അക്കാലത്ത് ജില്ലാ സെക്രട്ടറി. ചാത്തുണ്ണി മാസ്റ്ററും സഖാവ് പി.സി.ആർ. എന്ന ചുരുക്കി വിളിക്കുന്ന പി.സി. രാഘവൻനായരും സഖാവ് ചന്ദ്രശേഖരക്കുറുപ്പും കേളുവേട്ടനും മിക്കവാറും എല്ലാ ദിവസങ്ങളിലും അവിടെയുണ്ടാവും. ഞാനവർക്ക് സുപരിചിതനായിക്കഴിഞ്ഞിരുന്നു. കണ്ടാലുടനെ നായനാരുടെ കുശലംപറച്ചിൽ കേൾക്കാം. "ഇന്ന് ആൾ റെഡിമണിയാണല്ലോ. ട്രെയിനിലെല്ലാം ബഹുകൃത്യം സംഗതി ജോർ..." അന്നു

കോയ വിളിച്ചുപറയുന്നു. "ഒരാൾ അപ്പുറത്തുണ്ട്. ഖാദറിനെ പ്രത്യേകം കാണാനിരിക്കുകയാണ്. ഇന്നലെയാണ് ഇവിടെയെത്തിയത്–

അതാരാണപ്പാ എന്ന അദ്ഭുതത്തോടെയാണ് കിണറ്റിന്നരികിലൂടെ ഞാൻ ചെന്നത്. പത്രാധിപരുടെ മുറിയിലെ കസേലയിലാണ് കാത്തിരിക്കുന്നത്. കണ്ടപാടെ പറയുന്നു: "ഞാൻ ഖാദറിനെയും കാത്താ ഇരിക്കുന്നത്. കണ്ടിട്ടുപോകാമെന്നു കരുതി. പരിചയപ്പെടാനൊക്കെ ഇനിയും ദിവസങ്ങളുണ്ടല്ലോ. ഏതായാലും കണ്ടിട്ടുപോകാമെന്നു കരുതി."

എനിക്ക് ആളെ അറിയില്ലായിരുന്നു. തൊട്ടടുത്തുതന്നെ കൊളാടി ഗോവിന്ദൻകുട്ടിയും കാട്ടുമാടം നാരായണനും ഇരിപ്പുണ്ട്. കാട്ടുമാടം നാരായണനെ മുമ്പുതന്നെ അറിയാം. കോഴിക്കോട്ടെ നാടകോത്സവകാലത്ത് പരിചയപ്പെട്ടതാണ്. നാടകോത്സവ സോവനീറിൽ കാട്ടുമാടം നാരായണന്റെ വളരെയധികം ശ്രദ്ധിക്കപ്പെട്ട ഒരു ലേഖനം ഉണ്ടായിരുന്നു. ആധുനിക നാടകവേദിയെക്കുറിച്ചുള്ള ലേഖനം. കൊളാടി ഗോവിന്ദൻകുട്ടി പ്രപഞ്ചം വാരികയ്ക്കുവേണ്ടി ഇടയ്ക്കിടയ്ക്ക് എഴുതാറുണ്ടായിരുന്നു. പത്രാധിപരുടെ മുറിയിലിരിക്കുന്ന വ്യക്തിയെ അവരിലൊരാളാണ്. പരിചയപ്പെടുത്തിയത്. 'സഖാവ് പി.കെ. മുഹമ്മദ് കുഞ്ഞി ഇന്ന് ഇവിടെ ദേശാഭിമാനി എഡിറ്റോറിയൽ അംഗമായി ജോയിൻ ചെയ്തു."

ഞാൻ കേട്ടിട്ടുണ്ടായിരുന്നു. പൊന്നാനി ഭാഗത്തെ മുസ്ലിം ചെറുപ്പക്കാർക്കിടയിൽ നിന്നുവരുന്ന ആൾ. നല്ല ബന്ധുബലം ഉള്ള വ്യക്തി. സഖാവ് ഇമ്പിച്ചിബാവയോടൊപ്പം അണ്ടത്തോട് ഭാഗങ്ങളിൽ പ്രവർത്തിച്ച ചരിത്രമൊക്കെ കേട്ടിട്ടുണ്ടായിരുന്നു. ഞങ്ങളുടെ നാട്ടിലെ മുസ്ലീം ചെറുപ്പക്കാർ രൂപംകൊടുത്ത പ്രോഗ്രസ്സീവ് മുസ്ലീം ലീഗിന്റെ പ്രവർത്തനത്തെക്കുറിച്ച് അറിയാനുള്ള താത്പര്യത്തോടെ കൊയിലാണ്ടി ഭാഗത്തൊക്കെ പത്രപ്രവർത്തകനായി സഹകരിച്ച വ്യക്തിയാണ്. "ഇനി അടുത്ത ഒന്നാം തീയതിയേ വരുന്നുള്ളൂ. അതിനുമുമ്പ് ഒരു വീട് സംഘടിപ്പിക്കണം. ഖാദറിനെക്കുറിച്ച് കേട്ടിട്ടുണ്ട്. വിശുദ്ധപൂച്ചയെന്ന കഥ ഏതാനും വർഷം മുമ്പ് നവയുഗത്തിൽ വന്നപ്പോൾ മനസ്സിൽ പതിഞ്ഞ വ്യക്തിയാണ്. ഇപ്പോൾ പ്രപഞ്ചത്തിലുണ്ടെന്നറിയാം. പരിചയപ്പെടാമെന്ന് കരുതി. കൊളാടിയുടെ വാഹനമുണ്ട്. ഞാനിപ്പോ അതിൽ പുറപ്പെടും."

അത്രയും പറഞ്ഞ് അവർ മൂവരും എഴുന്നേറ്റു. ദേശാഭിമാനി പത്രത്തിലേക്ക് പുതിയതായി എത്തിയ സഹപത്രാധിപരെ ഞാൻ നോക്കി നിന്നു. പികെ. മുഹമ്മദ് കുഞ്ഞി, മറ്റൊരു സുഹൃത്തുകൂടി ദേശാഭിമാനി പത്രത്തിലേക്ക് രണ്ടുദിവസം മുമ്പ് എത്തിയിട്ടുണ്ടായിരുന്നു. തിരുവനന്തപുരത്ത് അസംബ്ലികാര്യങ്ങൾ റിപ്പോർട്ട് ചെയ്യാൻ പവനൻ സഹായിച്ചിരുന്നു. സി.പി. ഭാസ്കരൻ (പവനന്റെ ബന്ധുവാണെന്നറിഞ്ഞിരുന്നു. ഭാസ്കരൻ എന്നുതന്നെയായിരുന്നുവോ പേരെന്നത് ഞാൻ മറന്നു.

പാർവ്വതി പവനനെ വിളിച്ചു വിവരങ്ങൾ അറിഞ്ഞു. ഭാസ്കരൻ തന്നെ.) കോഴിക്കോട് ദേശാഭിമാനികാലത്ത് എനിക്ക് നല്ല ചങ്ങാത്തം ഉണ്ടായിരുന്ന ആളാണ്. പിന്നെ ഒരിക്കൽ കേരളാ ഹെൽത്ത് സർവ്വീസിൽ ജോലിക്ക് കയറിയ കാലത്തോ ആകാശവാണി കോഴിക്കോട്ട് നിലയത്തിലെ ഡെപ്യൂട്ടേഷൻകാലത്തോ തിരുവനന്തപുരത്ത് വച്ച് കണ്ടിരുന്നു.

പ്രപഞ്ചത്തിന്റെ ദൈനംദിന കാര്യങ്ങളിൽ മുഴുകി ഗാലിപ്രൂഫും പേജ്സെറ്റ് ചെയ്യലും മാറ്റർ ശേഖരണവും തിമർത്തുണ്ടാക്കുന്നതിനിടയിൽ പത്രാധിപസമിതിയംഗങ്ങൾക്കൊപ്പം കെട്ടിമറിയുന്ന ദിവസങ്ങൾ അങ്ങനെ കടന്നുപോയി. ദേശാഭിമാനി പ്രൂഫിലെ ശ്രീദേവി കക്കാട്ട് മിസ്സിസ് അറുമുഖനും ഉച്ചനേരങ്ങളിൽ പ്രപഞ്ചത്തിന്റെ കുടുസ്മുറിയിൽ നാട്ടുവർത്തമാനങ്ങൾ നുള്ളിപ്പെറുക്കി പറയാൻ എത്തുന്നു. പതിവ് തെറ്റിക്കാതെ ബഹുകണിശമായി ദൽഹിയിൽ നിന്നുള്ള വിജയന്റെ കാർട്ടൂണും അരപ്പേജ് കോളം മാറ്ററും കൊറിയറിൽ വന്നുകൊണ്ടിരുന്നു. കൂട്ടത്തിൽ ദൽഹിയിൽ നിന്നുതന്നെ വി.കെ. മാധവൻകുട്ടിയും ഓരോ സ്കൂപ്പുകൾ അയയ്ക്കുന്നുണ്ടായിരുന്നു. ടി.വി.കെയുടെ അടുത്ത സുഹൃത്തായ എടത്തട്ട നാരായണനും (ലിങ്കിന്റെ പത്രാധിപ ചുമതലക്കാരൻ) ബന്ധപ്പെടുന്നു. അവ ടി.വി.കെയാണ് നേരിട്ടു കൈകാര്യം ചെയ്തിരുന്നത്.

നിത്യവും വൈകുന്നേരം പ്രപഞ്ചത്തിലെത്തുന്ന എം.ആർ.സിയാണ് മാറ്ററുകൾ ചൂടോടെ നിലനിർത്തുന്ന വ്യക്തി. അദ്ദേഹം രാജകുമാരനായും ചന്ദ്രശേഖരനായും പരാശരമുനിയും തുടരെത്തുടരെ എഴുതി. സാഹിത്യം കൈകാര്യം ചെയ്തിരുന്നത് ഷൺമുഖദാസും കോഴിക്കോട്ടെ സുഹൃത്തുക്കളും എൻ.വി. കൃഷ്ണവാരിയരും മാധവൻനായരും കൊറാത്തും വിക്രമനും പ്രതിഭാധനന്മാരുടെ സമാഗമങ്ങൾക്ക് ഒരു കണ്ണിയായി അങ്ങോട്ടുമിങ്ങോട്ടുമുള്ള ഓട്ടങ്ങൾക്കിടയിലായിരുന്നു എന്റെ പത്രപ്രവർത്തനകാലം. അതിന്റെ ഊഷ്മളമായ ആശ്ലേഷങ്ങൾക്ക് വിധേയനായി ദേശാഭിമാനിയിലെ എന്റെ ദിവസങ്ങൾ കടന്നുപൊയ്ക്കൊണ്ടിരുന്നു.

കാലം ഇവ്വിധമൊക്കെ ചലനാത്മകമായി എന്റെ ജീവസ്പന്ദങ്ങളെ ആവേശപൂർവ്വം മുന്നോട്ടുനയിക്കുന്നതിനിടയിലായിരുന്നു. അങ്ങു തെക്ക് പുളിക്കുന്ന് സ്കൂളിലെ കുട്ടികൾക്കിടയിൽ രൂപംപൂണ്ട 'ഒരു അണസമരം' വിമോചനസമരത്തിന് വഴിമരുന്നിട്ട സംഭവം. ജനകീയസർക്കാരിനെ അട്ടിമറിക്കാനായി ഊതിപ്പെരുപ്പിച്ച ആ വിമോചനസമരനാളുകളിൽ ദേശാഭിമാനിക്കാലത്തിന് സാക്ഷ്യം വഹിച്ചവനാണല്ലോ ഞാനും. ദേശാഭിമാനി അച്ചുകൂടത്തിന്റെ തൊട്ടുമുന്നിലെ കത്തീഡ്രൽ ദേവാലയത്തിലെ മണികൾ അക്കാലത്ത് പതിവിനും വിപരീതമായി ഇടയ്ക്കിടെ വല്ലാതെ മുഴങ്ങിയിരുന്നല്ലോ. പ്രാർത്ഥനാമണികൾ ആരോടൊക്കെയോ ഉള്ള പകയുടെയും പ്രതിഷേധത്തിന്റെയും മുഴക്കമായിരുന്നു അക്കാലത്ത് പ്രതിധ്വനിച്ചിരുന്നത്...

അഞ്ച്

തിരുവനന്തപുരത്ത് അസംബ്ലി വാർത്തകൾ അപ്പപ്പോൾ ചൂടാറാതെ അയച്ചിരുന്നത് സഖാവ് പവനൻ ആയിരുന്നു. കക്ഷിയെ പരിചയമുണ്ട്. കോഴിക്കോട് 'പൗരശക്തി' എന്ന പത്രത്തിലെ സഹപത്രാധിപരായി കഴിയുന്ന കാലം. ഐക്യവിദ്യാർത്ഥി സംഘത്തിന്റെ വിശേഷയോഗ ത്തിലേക്ക് അദ്ദേഹം വിളിച്ചുകൂട്ടിക്കൊണ്ടുപോകാറുണ്ടായിരുന്നു. അദ്ദേഹമാണ് ദേശാഭിമാനി തിരുവനന്തപുരം സ്പെഷ്യൽ ലേഖകൻ. മിക്ക ദിവസങ്ങളിലും ഏതാണ്ട് പത്ത് പത്തരമണിയാവുമ്പോഴേക്കും ടെലിഫോൺ ശബ്ദിക്കുന്നത് ഞാനിരിക്കുന്ന മുറിയിലും കേൾക്കാം. എല്ലാ തയ്യാറെടുപ്പുകളോടെയും റിസീവർ സെറ്റ് കൈയിലെടുക്കുക സഹ പത്രാധിപരായ ടി.വി.കെയാവും. അതല്ലെങ്കിൽ പ്രാദേശികവാർത്തകൾ കൈകാര്യം ചെയ്തിരുന്ന അസിസ്റ്റന്റ് എഡിറ്റർ സഖാവ് എം. കണാര നാവും. രണ്ടാളും ഫോണെടുത്താൽ അടുത്തൊക്കെയിരിക്കുന്നവർക്ക് വാർത്തയുടെ ചൂടും പുകയും എത്രയൊക്കെയുണ്ടെന്നത് ഉച്ചത്തിലുള്ള ചോദ്യങ്ങളും മറുചോദ്യങ്ങളും കേട്ടാലറിയാം. പവനൻ അതുവരെയും തനിക്ക് ശേഖരിക്കാൻ സാധിച്ച വാർത്തകൾ എഴുതിയ കടലാസുനോക്കി ഉച്ചത്തിൽ വായിക്കുകയാണ് പതിവ്. കോഴിക്കോട്ടെ പത്രമാഫീസിൽ ടെലിഫോണിന്റെ തൊട്ടടുത്ത് ഒരു ടേപ്പ് റിക്കാർഡർ പെട്ടി സ്ഥാപി ച്ചിട്ടുണ്ട്. പഴയകാലത്തെ വിലകൂടിയ ടേപ്പ് റിക്കാർഡർ യന്ത്രമാണത്. അതിലുള്ള ഒരു വയറിൽ ഘടിപ്പിച്ച റിസീവിംഗ് നോബ് ടെലിഫോണിന്റെ ഒരറ്റത്ത് ഒട്ടിച്ചുവയ്ക്കുന്നു. ടെലിഫോണിൽ എവിടെയായാലും ഒട്ടിപ്പിടി ക്കാനുള്ള ഒരു റബ്ബർ 'കുന്ത്രാണ്ടം'. ചെവിയിൽ പതിക്കുന്നതെല്ലാം ടേപ്പിൽ പതിയും.

പവനൻ ആവുന്നത്ര ഒച്ചത്തിലും ധൃതിയിലും വായിക്കുമ്പോൾ റിസീ വിംഗ് സെറ്റ് കാതിൽ വച്ച് ടി.വി.കെ. അല്ലെങ്കിൽ സഖാവ് കണാരൻ അപ്പോഴപ്പോഴത്തെ വാർത്താസംബന്ധമായ സംശയങ്ങൾ അങ്ങോട്ടു ചോദിക്കും. വായനയുടെ കൂട്ടത്തിൽ പവനൻ മറുപടിയും പറയും. ചോദ്യവും മറുപടിയും വാർത്താവായനയും എല്ലാം ടേപ്പ് റിക്കാർഡറിൽ കണിശം പതിഞ്ഞിട്ടുണ്ടാവും. ന്യൂസ്റൂമിലെ സൗകര്യംപോലെ പിന്നീടാ ടേപ്പ് റീ വൈൻഡ് ചെയ്ത് കേട്ടെഴുതണം. നിത്യശീലംകൊണ്ടാവണം ടേപ്പ് റിക്കാർഡർ വിതറുന്ന വാർത്താശബ്ദങ്ങൾ നിർത്തി നിർത്തി കേട്ടെ ഴുതുന്ന കാര്യത്തിൽ എഡിറ്റോറിയൽ വിഭാഗത്തിലെ പി.കെ. മുഹമ്മദ് കുഞ്ഞിയും ഭാസ്കരനും ബഹുസമർത്ഥന്മാരാണ്. പവനൻ എത്ര ധൃതി പിടിച്ചു വായിച്ച വാർത്തയായാലും അതിന്റെ 'സ്പിരിറ്റ്' ഒട്ടും ചോർന്നു പോകാതെ കേട്ടെഴുതാൻ അവർക്ക് സാധിക്കുന്നു. വാചകഘടനപോലും പിഴക്കാറില്ല. തിരുവനന്തപുരം തലസ്ഥാനനഗരിയിൽ അക്കാലത്ത് സംഭ വിക്കുന്ന എല്ലാ വാർത്തകളും പവനന്റെ ടെലിഫോൺ ശബ്ദത്തിൽ ടേപ്പ്

റിക്കാർഡറിൽ വന്നുനിറയുന്നു. മുറയ്ക്ക് എഡിറ്റോറിയൽ റൂമിലെ പ്രവർത്തകന്മാർ റിക്കാർഡർ പ്ലേ ചെയ്ത് കേട്ടും നിർത്തിയും വീണ്ടും കേട്ടും എഴുതിയെടുത്ത് ഫോർമാനെ ഏല്പിക്കുന്ന സമ്പ്രദായം. പ്രപഞ്ചം ആഫീസിലെ ഒഴിഞ്ഞനേരം നോക്കി ഞാനും ആ മുറിയിൽ ചിലപ്പോൾ സഹായിക്കാനെത്തും. എത്ര ധൃതിപിടിച്ച് വായിച്ചാലും പവനന്റെ ഉച്ചാരണം വളരെ വ്യക്തമാണ്. ലളിതവുമാണ്. ചെറിയ ചെറിയ വാചകങ്ങളിൽ ഒതുങ്ങുന്ന വാർത്തകൾ കേട്ടെഴുതുക എന്നത് സുഖമാണ്. ടേപ്പ് റിക്കാർഡർ ഓൺ ചെയ്യലും ഓഫാക്കലും എഴുത്തും എനിക്കത് ഒരു പരിശീലനം കൂടിയാണല്ലോ. വാർത്തയെഴുത്ത് കഥാരചനപോലെയല്ലെന്ന പാഠം എനിക്ക് അറിയണമല്ലോ.

വാർത്തയെക്കുറിച്ച് 'സ്റ്റോറി'യെന്നാണ് പ്രയോഗമെങ്കിലും അത് വേറെ സംഗതി... പവനന്റെ ഭാര്യ പാർവ്വതിചേച്ചിയുടെ സഹോദരനാണ് ഭാസ്കരൻ. 'സ്റ്റോറി' ചമയ്ക്കുന്നതിൽ ബഹുകേമൻ. ദേശാഭിമാനി പത്രത്തിന്റെ തിരുവനന്തപുരം ആഫീസിൽ പവനന്റെ സഹായികൂടിയായിരുന്നു. സെക്രട്ടേറിയറ്റിലെ വാർത്തകൾ ശേഖരിക്കുകയായിരുന്നു പ്രധാന പത്രപ്രവർത്തനം. തലസ്ഥാനനഗരിയിലും പരിസരപ്രദേശങ്ങളിലും തന്റെ പ്രവർത്തനം തുടങ്ങുന്നതിനിടയ്ക്കാണ് ദേശാഭിമാനിയുടെ കോഴിക്കോട്ടാഫീസിലെത്തുന്നത്, പത്രാധിപസമിതിയംഗമാകുന്നത്. ഞാൻ എന്തുകൊണ്ടോ എന്തോ പെട്ടെന്ന് പരിചിതനായി.

പ്രപഞ്ചം വാരികയ്ക്കാവശ്യമായ ചില മാറ്ററുകൾ വിശേഷിച്ചും അക്കാലത്ത് ദൽഹി കേന്ദ്രീകരിച്ചു പ്രസിദ്ധപ്പെടുത്തുന്ന ശ്രദ്ധേയ പ്രസിദ്ധീകരണങ്ങളിൽ വന്ന ചില ലേഖനങ്ങളിൽ പ്രപഞ്ചത്തിന് ഉപയോഗിക്കാൻ പറ്റുമെന്നുപറഞ്ഞ് മൊഴിമാറ്റം നടത്തി ഭാസ്കരൻ എന്നെ ഏല്പിക്കാറുണ്ടായിരുന്നു. അത്തരം ലേഖനങ്ങൾ കണ്ടുപിടിച്ചല്ലോയെന്ന ക്രെഡിറ്റ് ടി.വി.കെയുടെ വകയായി എനിക്കു കിട്ടി. ഭാസ്കരൻ മിണ്ടാതെ നിന്നു. അതിനാൽ കാന്റീനിലേക്ക് പോകുമ്പോഴും ഉച്ചനേരത്ത് കടപ്പുറം ഭാഗത്തേക്ക് വെറുതെ ഉലാത്താൻ പോകുമ്പോഴും ബോംബെ ഹോട്ടൽ ബിരിയാണി അകത്താക്കണമെന്നാശിക്കുമ്പോഴും ഞാനും ഭാസ്കരനും ഒന്നിച്ചു പോകാറുണ്ട്. ടേപ്പ് റിക്കാർഡർ കേട്ട് വാർത്ത പകർത്തിയെഴുതാനുള്ള കൈത്തഴക്കവും ശീലവും അങ്ങനെയാണ് ദേശാഭിമാനിക്കാലത്ത് എനിക്ക് കൈവന്നത്.

വിമോചനസമരത്തിന്റെ ചൂടാർന്ന അന്തരീക്ഷത്തിൽ പത്രമാഫീസിലെ ബദ്ധപ്പാടു നിറഞ്ഞ വാർത്താശേഖരണ യജ്ഞത്തിൽ, മുഴുകിയുള്ള ദിവസങ്ങളിലാണ് എനിക്ക് തലശ്ശേരി ഭാഗത്ത് നിന്നും വന്ന രണ്ട് സഖാക്കളെ നേരിൽ പരിചയപ്പെടാനായത്. സഖാവ് ഐ.വി.ദാസും സഖാവ് ടി.കെ. രാജുവും. തലശ്ശേരി കണ്ണൂർ വടക്കൻ ഏരിയയിലെ വാർത്തകളൊക്കെ സഖാവ് ഐ.വി.ദാസ് മുഖേനയാണ് ഏറിയ പങ്കും ദേശാഭിമാനിയിൽ അക്കാലത്ത് എത്തിയിരുന്നത്. അമ്മട്ടിലായിരുന്നു

അക്കാലത്തെ വാർത്താശേഖരണം എന്നാണ് എന്റെ ഊഹം. അതാതിടങ്ങളിലെ പ്രാദേശിക പാർട്ടി ഘടകങ്ങളുടെ അറിവോടെ എഴുതി അയക്കപ്പെടുന്ന വാർത്താക്കുറിപ്പുകൾ.

സ: ഐ.വി. ദാസിന്റെ ഒപ്പമുണ്ടായിരുന്ന അല്പം തടിച്ച് നെടുതായ ആൾ. അദ്ദേഹം ടി.വി.കെയെ കെട്ടിപ്പിടിച്ച് വർത്തമാനം പറഞ്ഞ് ഉറക്കെ ചിരിക്കുന്നതും മറ്റും നോക്കി നിൽക്കേ ടി.വി.കെ. പറഞ്ഞു: "ഖാദറിന്നറിയില്ലേ നമ്മുടെ സഖാവ് ടി.കെ.രാജുവേട്ടനെ... പാനൂരിൽ പി.ആർ. കുറുപ്പിനെതിരെ അങ്കം കുറിച്ച് പൂഴിക്കടകൻ പയറ്റുന്ന രാജുവേട്ടനെ? പയറ്റ് പതിനെട്ടടവും ഓതിരവും കടകവും അറിയുന്ന സഖാവ് ടി.കെ. രാജു."

ഞാൻ ചിരിച്ചുനിന്നതേയുള്ളൂ. എന്നെ ടി.വി.കെ. പരിചയപ്പെടുത്തുന്നു.

"നമ്മുടെ പ്രപഞ്ചം വാരികയുടെ സഹായിയായ യു.എ. ഖാദർ. കഥാകൃത്ത് സഖാവ് പി.ആറിന്റെ നോമിനിയാ. രാജുവേട്ടന്റെ പാനൂർ കുറിപ്പുകൾ നോക്കി എഡിറ്റ് ചെയ്ത് കൊടുക്കുന്നത് ഈ ഖാദറാ. കുഴപ്പമില്ലല്ലോ."

സഖാവ് രാജുവേട്ടൻ ചിരിതൂകി എന്റെ ചുമലിൽ തട്ടി. "വെൽ മിസ്റ്റർ ഖാദർ സഖാവ് വെൽ."

ആ ചിരിയുടെ പതിഞ്ഞ ശബ്ദം ഇപ്പോഴും മനസ്സിലുണ്ട്. പാനൂരിൽ അക്കാലത്ത് പി.ആർ. കുറുപ്പിന്റെ അനുയായികൾ എന്ന് പറയപ്പെടുന്ന സംഘം പാനൂരിൽ നടത്തിയ ആക്രമണങ്ങളെ പഴിക്കുന്നതും മനുഷ്യത്വരഹിതമായ ആ ചെയ്തികൾക്കെതിരെ ജനങ്ങൾക്കിടയിൽ ഇറങ്ങിനിന്ന് അവരെ ബോധവൽക്കരിക്കുന്നതുമായിരുന്നു സഖാവ് രാജുവേട്ടൻ എഴുതി അയച്ചുതന്നിരുന്ന അക്കാലത്തെ ചൂടാർന്ന വാർത്തകൾ (പിൽക്കാലത്ത് രാജുവേട്ടനെ ഞാൻ കണ്ടത്. പ്രഭാത് ബുക്സിന്റെ മാനേജർ പദവിയിൽ തിരുവനന്തപുരത്ത് കഴിയുന്ന കാലത്താണ്.)

'പ്രപഞ്ചം' വാരികയിലെ പ്രവർത്തനങ്ങൾക്കിടയിൽ തന്നെയാണ് സഖാവ് കെ.എ. കേരളീയനേയും പരിചയപ്പെടുന്നത്. സഖാവ് പി.ആർ. ആണ് കേരളീയനെ എനിക്ക് ബന്ധപ്പെടുത്തിത്തന്നത്. അദ്ദേഹം അക്കാലത്ത് കോഴിക്കോട്ടെ പുതേരി ബിൽഡിംഗിന്റെ രണ്ടാംനിലയിലെ കർഷകസംഘം ഓഫീസിലായിരുന്നു താമസം. കൃഷിക്കാരൻ എന്ന വാരിക ദേശാഭിമാനി പ്രസ്സിൽനിന്നും അച്ചടിച്ച് പ്രസിദ്ധപ്പെടുത്തുന്നു. കൃഷിക്കാരൻ വാരികയുടെ പത്രാധിപരാണ് സഖാവ് കെ.എ. കേരളീയൻ. കോഴിക്കോട് ജില്ലാ കമ്മിറ്റി കേന്ദ്രീകരിച്ചുള്ള തന്റെ പാർട്ടി പ്രവർത്തനത്തിന്റെ ഭാഗമായി കോഴിക്കോട്ടുതന്നെയാണദ്ദേഹം അക്കാലത്ത് താമസിച്ചിരുന്നത്. കർഷകസംഘത്തിന്റെ ചുമതലയ്ക്കിടയിലാണ് വാരികയുടെ എഡിറ്റിംഗും അച്ചടിച്ചുവിതരണവുമെല്ലാം. പി.ആർ. കാര്യം പറഞ്ഞു.

'കൃഷിക്കാരൻ' വാരികയിലേക്ക് വരുന്ന ലേഖനങ്ങൾ സഖാവ് കേരളീയൻ എഡിറ്റ് ചെയ്ത് ഖാദറെ ഏല്പിക്കും. അത് പ്രസ്സിൽ കൊടുത്ത് ഗാലിപ്രൂഫുകൾ നോക്കി തിരുത്തി തിരിച്ചേല്പിക്കണം. പേജ് സെറ്റ് ചെയ്ത് കേരളീയനെ കാണിക്കണം. കേരളീയൻ അപ്രൂവ് ചെയ്താൽ മാറ്റർ അച്ചടിച്ച് പ്രസ്സിൽ കട്ട് ചെയ്ത് വരുന്ന ലക്കങ്ങൾ മാനേജ്മെന്റിനെ ഏല്പിക്കണം. ബാക്കിയൊക്കെ സഖാവ് കെ.ടി. ഗോപാലനും മറ്റും ചെയ്തോളും. പ്രൂഫിന്റെ കാര്യവും മാറ്റർ സെറ്റ് ചെയ്യുന്ന ചുമതലയും ഖാദർ നോക്കണം."

കേരളീയൻ എന്റെയടുത്ത് വന്നിരുന്നു. പ്രപഞ്ചത്തിന് വേണ്ടി ഞാൻ ചെയ്യുന്ന പണികളെന്തൊക്കെയെന്ന് കുശലപ്രശ്നങ്ങൾക്കിടയിൽ ചോദിച്ചു മനസ്സിലാക്കി. കെ.എ. കേരളീയനുമായി ഏതാനും മാസങ്ങൾ ഒന്നിച്ച് കഴിയുവാനും ദേശാഭിമാനിക്കാലത്ത് എനിക്ക് സാധിച്ചു. പ്രപഞ്ചം വാരികയ്ക്കുള്ള തിരക്കിട്ട ജോലികൾക്കിടയിൽ കെ.എ. കേരളീയന്റെ പത്രാധിപത്യത്തിലുള്ള കൃഷിക്കാരൻ മാസികയുടെ പണിയും അങ്ങനെ ഞാൻ ഏറ്റെടുത്തു.

കോഴിക്കോട്ട് ജില്ലാ കമ്മിറ്റിയാഫീസിൽ ഓഫീസ് സെക്രട്ടറിയായി ജോലി ചെയ്യുന്ന കോയ എന്റെ അക്കാലത്തെ ഉറ്റ സുഹൃത്താണ്. ജില്ലാ കമ്മിറ്റി ഓഫീസിൽ സ്ഥിരക്കാരായെത്തുന്നവർ നടുക്കണ്ടി മുഹമ്മദ് കോയയും സഖാവ് പി.സി.ആറും ചാത്തുണ്ണിമാസ്റ്ററും ചന്ദ്രശേഖരക്കുറുപ്പുമൊക്കെയാണല്ലോ. സഖാവ് നായനാരും കേളുവേട്ടനും എത്തുന്നതോടെ അവിടം പാർട്ടിയംഗങ്ങളുടെ സഭയൊത്തുകൂടലാവുന്നു. ഇതിനിടയിലാണ് അതുവഴി പ്രപഞ്ചം ഓഫീസിലേക്ക് കടന്നുപോവുന്ന എന്നെ സഖാവ് നടുക്കണ്ടി കൈ തട്ടിവിളിക്കുന്നത്. അദ്ദേഹം പാർട്ടിയോഫീസിൽ നിന്നിറങ്ങി എന്റെ ഒപ്പം പ്രപഞ്ചം മുറിയിലെത്തി. എനിക്കരികെയിട്ടിട്ടുള്ള കസേലയിൽ ഇരുന്ന് നടുക്കണ്ടി പറയുന്നു "സഖാവ് സെയ്ത് മുഹമ്മദിനെ പരിചയമുണ്ടോ?"

ഞാൻ ഉണ്ടെന്നും ഇല്ലെന്നും പറയുന്നതിന് മുമ്പ് തന്നെ നടുക്കണ്ടി കയറി പറഞ്ഞു. "സെയ്തു മുഹമ്മദ് സഖാവ് ഖാദറിനെപ്പോലെ തന്നെ വേണ്ടപ്പെട്ട കുട്ടിയാണ്. ആലിക്കോയയുടെ നേതൃത്വത്തിൽ ഒരു വാരിക അച്ചടിച്ച് പ്രസിദ്ധപ്പെടുത്താൻ ശ്രമമുണ്ട്. ഖാദറും സെയ്ത് മുഹമ്മദിനെ സഹായിക്കണം. ഇന്ന് ഖാദർ പോകുന്നതിന് മുമ്പ് ആലിക്കോയ വക്കീലിന്റെ വീട്ടിൽ വരണം. കാണണം. ആലിക്കോയയുടെ വീടറിയാമല്ലോ."

"എനിക്കറിയാം." ഞാൻ പറഞ്ഞു.

"ഖാദർ ഒന്നുരണ്ടു കുറി അവിടെ വന്നിട്ടുണ്ടല്ലോ. ഞാനും അന്നവിടെയുണ്ടായിരുന്നല്ലോ."

അത്രയും പറഞ്ഞ് സഖാവ് നടുക്കണ്ടി മുഹമ്മദ്കോയ ദേശാഭിമാനി പത്രാധിപസമിതിയംഗങ്ങൾ ഇരിക്കുന്ന മുറിയിലേക്ക് പോയി. ഇത്തിരി

നേരം കഴിഞ്ഞ് സഖാവ് കെ.പി. മുഹമ്മദ്കോയയേയും കൂട്ടിവന്നു. "സഖാവേ, ഞാൻ കെ.പിയോട് പറഞ്ഞു. കെ.പി. അനുകൂലം. വൈകീട്ട് ആലിക്കോയയുടെ വീട്ടിൽ മറക്കണ്ട. നാട്ടിലേക്ക് പോകുന്ന വഴി. ഇന്ന് കോഴിക്കോട്ടെ തീവണ്ടിയാപ്പീസിൽനിന്നായിക്കോട്ടെ തിരിച്ചുപോക്ക്." നടുക്കണ്ടിയുടെ വർത്തമാനവും ചിരിയും ഒരു പ്രത്യേക തരത്തിലാണ്. ഒരിക്കലും മറക്കാനാവുകയില്ല. കെ.പി. മുഹമ്മദ്കോയ പതുക്കെ പറഞ്ഞു. "ഖാദറിന്റെ ഒഴിവും ബദ്ധപ്പാടും നോക്കിമാത്രം മതി. ഒരു നോവലോ കഥയോ എഴുതിക്കൊടുക്കണം. ഇടയ്ക്ക് ചില മാറ്ററുകളും. ഞാനുമുണ്ടാവും. സെയ്ത് മുഹമ്മദ് നമുക്ക് വേണ്ടപ്പെട്ട കുട്ടിയാണ്."

ആശയം എനിക്ക് അപ്പോൾതന്നെ മനസ്സിലായി. മുസ്ലീം ചെറുപ്പക്കാരുടെ പ്രോഗ്രസ്സീവ് സംഘടനയുടെ ആഭിമുഖ്യത്തിൽ ഒരു മാസിക.

ഞാൻ മാതൃഭൂമിയാഫീസിന്റെയടുത്തുള്ള തിരിവിലെ ആ തറവാട്ടു വീട്ടിൽ ചെന്നു. മത്സ്യമാർക്കറ്റിന് മുന്നിലായുള്ള കോടതി നിരത്തിന്റെ എതിർദിശയിലായിരുന്നു അഡ്വക്കേറ്റ് കെ. ആലിക്കോയയുടെ വീട്. ആലിക്കോയ കോഴിക്കോട്ടുകാരനായതിനാൽ അദ്ദേഹത്തിന്റെ ഭാര്യവീടാണത് എന്നാണൂഹം. അവിടെ ഇതിന് മുമ്പ് രണ്ടുതവണ ഞാൻ ചെന്നിട്ടുണ്ട്. കൊയിലാണ്ടിയിലെ ഇബ്രാഹിമിന്റെ ബീഡിപ്പീടികയിറയത്ത് രൂപം കൊണ്ട പ്രോഗ്രസ്സീവ് മുസ്ലിംലീഗ് സംഘടനയുടെ യോഗത്തിൽ പങ്കെടുക്കാനുള്ള ക്ഷണവുമായാണ് അന്നെത്തിയത്.

പ്രോഗ്രസ്സീവ് മുസ്ലിംലീഗ് ഇടതുപക്ഷ അനുഭാവികളായ ചെറുപ്പക്കാരുടെ സംഘടനയാണ്. കമ്മ്യൂണിസ്റ്റ് പാർട്ടി പ്രവർത്തകന്മാരാണ് സംഘടനയുടെ മുഖ്യഉപദേഷ്ടാക്കൾ. കോഴിക്കോടൻ സഖാക്കളായ നടുക്കണ്ടി മുഹമ്മദ് കോയയുടെ വാക്കനുസരിച്ചാണ് അന്ന് ഞാൻ ആലിക്കോയയെ ആദ്യമായി കാണുന്നത്. അന്ന് പ്രോഗ്രസ്സീവ് മുസ്ലീംലീഗ് സംഘടനയുടെ യോഗത്തിൽ അദ്ദേഹവും നടുക്കണ്ടിയും സഖാവ് കെ.പി. മുഹമ്മദ്കോയയുമൊക്കെ പങ്കെടുത്തിരുന്നു. (ഈ കഥയൊക്കെ പ്രോഗ്രസ്സീവ് മുസ്ലീംലീഗ് കാലം എന്ന ഭാഗങ്ങളിൽ വിശദമാക്കിയിട്ടുണ്ട്.)

ആലിക്കോയ അഡ്വക്കേറ്റിന്റെ മുറിയിൽ എത്തിയപ്പോൾ നാലഞ്ചു പേർ അവിടെ. എന്നെ പരിചയപ്പെടുത്തിയത് നടുക്കണ്ടിയാണ്. സെയ്ത് മുഹമ്മദ് എന്ന ചെറുപ്പക്കാരൻ. എന്നേക്കാൾ രണ്ടു വയസ്സിന് മൂപ്പുണ്ടെന്ന് മനസ്സിലായി. മറ്റുരണ്ടുപേർ കെ.പി. മുഹമ്മദ് കോയ ദേശാഭിമാനി പത്രാധിപസമിതി അംഗം, ഉമ്മർകോയ എന്ന വേറൊരു മനുഷ്യനും. ഉമ്മർകോയ ടെലിഫോൺ വകുപ്പിലെ ഉദ്യോഗസ്ഥനാണ്. ഭാര്യയും ഉദ്യോഗസ്ഥയാണ്. ഞാനെത്തിയ ഉടനെ ആലിക്കോയ പറയുന്നത് "ഞങ്ങൾ പുരോഗതി' എന്ന പേരിൽ ഒരു മാസികയാരംഭിക്കുന്നു. മാസികയോ വാരികയോ എന്ന് ശരിക്കോർമ്മയില്ല. നവോത്ഥാനാശയങ്ങൾക്ക്

മുൻതൂക്കം നൽകുന്ന ഒരു പ്രസിദ്ധീകരണം. ഇതിലേക്ക് ഖാദർ മാറ്റർ സംഘടിപ്പിക്കണം. എന്നു മാത്രമല്ല, ഇടയ്ക്ക് കഥകളും എഴുതിത്തരണം. ദേശാഭിമാനിയിലാണ് വാരിക അച്ചടിക്കുന്നത്. സെയ്ത് മുഹമ്മദിനെ ഖാദർ സഹായിക്കുകയും വേണം. പ്രൂഫ് നോക്കാനും പേജ് കെട്ടാനും മാത്രമല്ല, അടിച്ചിറക്കുന്ന ഘട്ടം വരെയും സെയ്ത് മുഹമ്മദിനൊപ്പം ഉണ്ടാവണം. പ്രപഞ്ചം വാരികയുടെ പണി കഴിഞ്ഞ് മതി. എല്ലാ പ്രവർത്തനങ്ങളും."

ഞാൻ അനുകൂലഭാവത്തിൽ ചിരിച്ചുനിന്നതേയുള്ളൂ. അതിനടുത്ത ദിവസംതന്നെ സെയ്ത് മുഹമ്മദ് ദേശാഭിമാനി പരിസരത്തെ നിത്യകൂട്ടുകാരനായി. പ്രപഞ്ചം മാറ്ററുകൾ പ്രൂഫ് നോക്കിത്തീർക്കുന്നതിനിടയിൽ തന്നെ 'പുരോഗതി'യിൽ 'സത്യവിശ്വാസികൾ' എന്ന പേരിൽ ഞാനൊരു നോവലും എഴുതിത്തുടങ്ങി. (പുരോഗതി നിന്നതോടെയോ പത്രപ്രവർത്തനം അവസാനിപ്പിച്ച് സർക്കാർ ഉദ്യോഗസ്ഥനായി ഞാൻ സ്ഥലം വിടുന്നതുവരെയോ ആ നോവൽ അച്ചടിച്ചിരുന്നു. എഴുതി മുഴുമിക്കാത്ത നോവലിന്റെ പ്രസിദ്ധപ്പെടുത്തിയ നോവൽ ഭാഗങ്ങൾപോലും എന്റെ പക്കലില്ല.)

പ്രപഞ്ചം വാരികയുടെ ജോലിക്കിടയിൽ തലയിൽ കയറ്റിയ സഖാവ് കേരളീയന്റെ 'കൃഷിക്കാരൻ' വാരികയും സെയ്ത് മുഹമ്മദ് ചുമതലക്കാരനായ പുരോഗതി വാരികയുടെ പണിയും ദേശാഭിമാനി ചുറ്റുവട്ടത്തെ സൗഹൃദ സൗകര്യങ്ങളിൽ എനിക്ക് അനായാസേന നിറവടിയാക്കാൻ ആയി എന്നതാണ് സന്തോഷകരം

ദേശാഭിമാനി പത്രമാഫീസിൽ തിരക്ക് പിടിച്ച കാലമായിരുന്നു. വിമോചന സമരത്തിന്റെ ചൂട് മന്നത്ത് പത്മനാഭന്റെ നേതൃത്വത്തിലും മതമേലധ്യക്ഷന്മാരുടെ മനോനില വിട്ട സമരകാഹളങ്ങൾ കേട്ടും ഇളകിവശായ ഒരു കൂട്ടം ആൾക്കാരുടെ ഭ്രാന്തമായ സമരപരിപാടികളിലും ചൂടുപിടിച്ച ദിവസങ്ങൾ മന്ത്രിസഭ പിരിച്ചുവിടാനുള്ള കേന്ദ്രഭരണകൂടത്തിന്റെയും നെഹ്റു കുടുംബത്തിന്റെയും ജനാധിപത്യ ധ്വംസനപൂർണമായ ചരടുനീക്കങ്ങൾ. എല്ലാം ഒരു കാലഘട്ടത്തിന്റെ കറുത്ത അദ്ധ്യായങ്ങൾ നിറഞ്ഞ ചരിത്രമായിരുന്നുവല്ലോ. പ്രബുദ്ധ കേരളത്തിന് ആ കഥ ഇന്നും ചരിത്രത്തിന്റെ കളങ്കമായി വേറിട്ടറിയാനാവുമല്ലോ. ആ കാലഘട്ടത്തിൽ ദേശാഭിമാനി പത്രമാഫീസിലെ അകത്തളങ്ങളിലും ജില്ലാ കമ്മ്യൂണിസ്റ്റ് പാർട്ടിയാഫീസിന്റെ ഇടനാഴികളിലും ഒരു പത്രമാഫീസിലെ അകത്തളങ്ങളിലും ഒരു പത്രപ്രവർത്തകനായി ഞാനുമുണ്ടായിരുന്നു.

ജനങ്ങൾക്കുവേണ്ടി ജനങ്ങളാൽ തെരഞ്ഞെടുക്കപ്പെട്ട ജനങ്ങളുടെ ആദ്യത്തെ ജനകീയമന്ത്രിസഭ കേന്ദ്രം പിരിച്ചുവിടുന്ന വാർത്ത ടെലിപ്രിന്റുകളിൽ കറുത്ത പുള്ളികൾപോലെ തുരുതുരാ വാർന്നുവീഴുന്നതും കടലാസുചുരുളുകളിൽ ആ കറുത്ത അക്ഷരധൂളികൾ പതിയുന്നതും

നോക്കി അവ മുറിച്ചുമുറിച്ചെടുക്കുന്ന ദേശാഭിമാനി പത്രാധിപന്മാർ. മേശപ്പുറത്തെ കറുത്ത ചരിത്രത്തുണ്ടുകൾ തർജ്ജമ ചെയ്ത് മലയാളത്തിൽ പകർത്തുന്ന കൂട്ടുകാരായ സഹപത്രാധിപന്മാർ. അവ അച്ചടിയുടെ അക്ഷര ഇയ്യ തുണ്ടുകളായി അടുക്കിയടുക്കി വയ്ക്കുന്ന കമ്പോസറ്റർമാർ. അച്ചടിച്ച വാർത്തയുടെ ഗാലിപ്രൂഫുകൾ പ്രൂഫ് റീഡർമാരുടെ നോട്ടത്തിനായി എത്തിക്കുന്ന പ്രസ്സ് ഫോർമാൻ പത്മനാഭൻ, ശേഖരേട്ടൻ അങ്ങനെയങ്ങനെ...

അപ്രസക്തവും അനാവശ്യവും ഔചാര്യദീക്ഷ അല്പവും ഇല്ലാത്ത ആ ഭരണകൂട നടപടിക്രമത്തിന്റെ കാളിമ അവിടെ അന്ന് തളംകെട്ടി നിന്നിരുന്നു. അവിടെ മാത്രമല്ലല്ലോ ജനകീയ സർക്കാരിന്റെ പ്രവർത്തനങ്ങളിൽ അഭിമാനത്തോടെ പ്രതീക്ഷയോടെ സകലതും സമർപ്പിച്ച ബഹുജന കേരളത്തിന്റെ മനസ്സാകെ ആ ദിനങ്ങളിൽ കാളിമ പടർന്നിരുന്നു. ദേശാഭിമാനിയിലെ ആ ദിവസം ഓർമ്മകളിൽ. അന്ന് റോട്ടറി പ്രസ് പ്രവർത്തനം ആരംഭിച്ചപ്പോൾ ഞാൻ പെട്ടെന്ന് വീഴുന്ന അച്ചടിച്ച് ആദ്യ പ്രതികളിൽ ഒരു പത്രം കൈയിലെടുത്തു. നിവർത്തിനോക്കാതെ പുറത്തേക്കിറങ്ങി. ആരുടെയും കണ്ണിൽപ്പെടാതെ പോകാൻ അന്നു രാത്രി ബസ്സിനാണ് നാട്ടിലേക്ക് പുറപ്പെട്ടത്.

ബസ്സിലിരിക്കെ എന്റെ നാട്ടുകാരനായ സുഹൃത്ത് പത്രം എന്റെ കൈയിൽനിന്ന് വാർത്തകൾ ഒന്നോടിച്ചു നോക്കാനായി വാങ്ങി.

പെട്ടെന്ന്തന്നെ സുഹൃത് പത്രം എനിക്ക് തിരിച്ചുതന്നു. പുച്ഛസ്വരത്തിലൊരു ചോദ്യം: "ഇന്ന് വാർത്തയൊന്നും കൊടുത്തില്ലല്ലോ."

ഞാൻ അന്നേരമാണ് പത്രം നിവർത്തിയത്. നടുപേജിൽ അക്ഷരങ്ങൾ പതിയാത്ത പത്രം. റോട്ടറി യന്ത്രം ആദ്യം തുളുമ്പുന്ന ഉൾപ്പേജുകളിൽ കുറേയെണ്ണം ശൂന്യമാവും എന്നു ചിന്തിക്കാതെ ധൃതിയിൽ ഒന്നെടുത്ത് പുറപ്പെട്ടവന്റെ ജാള്യത മറയ്ക്കുവാൻ എനിക്കന്നേരം വഴിയില്ലായിരുന്നു... ന്യായീകരണങ്ങൾ നിരത്തിയാൽ ചങ്ങാതിക്ക് മനസ്സിലാവുകയില്ല...

അന്ന് കേരളത്തിൽ വിമോചന സമരാന്ത്യമായി. കേന്ദ്രം കേരളത്തിന്റെ ജനകീയ മന്ത്രിസഭ പിരിച്ചുവിട്ട ദിവസം. ദേശാഭിമാനി പത്രത്തിന്റെ ഫ്ളാറ്റ് ബെഡ്റോട്ടറി അച്ചുകൂടം ആദ്യം ചിന്തുന്ന പേജുകളിൽ ഒന്നും പതിയുകയില്ലായെന്നത് ചിന്തിക്കാതെ കണ്ണും മനസ്സും പൂട്ടി കൈയിലെടുത്ത പത്രത്തിലെ ശൂന്യപേജുകൾ... ആ ഓർമ്മ, അതേ ശൂന്യ പേജുകളിലായി മനസ്സിലാകെ ഇന്നും വിളറി നില്പുണ്ടല്ലോ...

■

സഖാവ് സുശീലാഗോപാലന്റെയൊപ്പം

കേരളത്തിലെ ആദ്യത്തെ ജനകീയ കമ്മ്യൂണിസ്റ്റ് മന്ത്രിസഭയെ പിരിച്ചുവിട്ട് അന്നത്തെ കേരള ഗവർണറെ ഭരണച്ചുമതല ഏല്പിച്ചകാലം. സഖാവ് ഇ.എം.എസ്സിന്റെ നേതൃത്വത്തിലുള്ള മന്ത്രിസഭയെ, അതിന്റെ ജനകീയ മുന്നേറ്റങ്ങളെ, പുരോഗതി പദ്ധതികളെ, വിദ്യാഭ്യാസ രംഗ പരിഷ്കരണങ്ങളെ, കാർഷിക പരിഷ്കാരങ്ങളെ ജനങ്ങൾക്ക് മുന്നിൽ എടുത്ത് കാണിച്ച് വീണ്ടും ഇടതുപക്ഷ ആഭിമുഖ്യത്തിലുള്ള ഒരു സർക്കാർ അധികാരത്തിൽ വരണമെന്ന് ലക്ഷ്യംവെച്ച് കേരളത്തിലുട നീളം കമ്മ്യൂണിസ്റ്റ് പാർട്ടിയുടെ സംഘടനാപ്രവർത്തനങ്ങൾ സജീവമായി. ഗ്രാമങ്ങളിലും നഗരങ്ങളിലും പ്രചാരണം നടത്തി ജനങ്ങൾക്കിടയിൽ പ്രവർത്തിക്കുന്നു. വീണ്ടും ഒരു ഇടക്കാല പൊതുതെരഞ്ഞെടുപ്പ് ആസന്നമാവുന്നു. ആറുമാസത്തെ ഗവർണർ ഭരണം അവസാനിപ്പിച്ച് കേരളം വീണ്ടും ആരു ഭരിക്കണമെന്ന് നിർണയിക്കാനുള്ള തെരഞ്ഞെടുപ്പാണ്. വിമോചന സമരത്തിന്റെ ആവേശത്തിൽ 'ഒന്നിക്കപ്പെട്ട' ജനാധിപത്യ വിരുദ്ധശക്തികൾക്കൊപ്പം ഇതര മതവർഗ്ഗീയ പുരോഹിത രാഷ്ട്രീയസംഘടനകളും ജനങ്ങളോട് വോട്ടഭ്യർത്ഥിച്ചുകൊണ്ട് പ്രചാരണങ്ങളുമായി ഇറങ്ങുന്നുണ്ട്. പാർട്ടി സഖാക്കൾ പ്രചാരണ പ്രവർത്തികൾക്കായി 'അരയും തലയും മുറുക്കി' അരങ്ങുവാഴുന്ന ദിനരാത്രങ്ങൾ....

ദേശാഭിമാനി പത്രമാഫീസിലും കോഴിക്കോട്ട് ജില്ലാ കമ്മ്യൂണിസ്റ്റ് പാർട്ടി ഓഫീസിലും ആസന്നമായ ഇടക്കാല തെരഞ്ഞെടുപ്പിന്റെ ആവേശവും വീറും പതഞ്ഞ് നുരഞ്ഞ് തുടങ്ങിയിരിക്കുന്നു. കേരളം അഭിമുഖീകരിച്ച ഇടക്കാല പൊതുതെരഞ്ഞെടുപ്പിന്റെ ചൂടുള്ള ദിനങ്ങളിൽ സഖാക്കൾ മലബാറിൽ നിന്നങ്ങോട്ടും തിരുകൊച്ചിയിടങ്ങളിൽ നിന്ന് ഇങ്ങോട്ടും പാർട്ടി പ്രവർത്തനത്തിനായി സഞ്ചരിക്കുന്നു. പ്രചാരണ പ്രവർത്തനങ്ങളുടെ ഭാഗമായി ആലപ്പുഴയിലെ മുഹമ്മയിൽ നിന്ന് സഖാവ് സുശീലാഗോപാലൻ അന്ന് കോഴിക്കോട്ടേക്കെത്തുന്നു. ജില്ലാ കമ്മിറ്റി ഓഫീസിൽ എത്തിയിരിക്കുകയാണ് സഖാവ് എ.കെ.ജിയുടെ പ്രിയപത്നി സഖാവ് സുശീലാഗോപാലൻ. ജില്ലാ കമ്മിറ്റി ആഫീസ് സെക്രട്ടറിമാരായ

കോയയും രാവിലത്തെ ട്രെയിനിലെത്തുന്ന കെ.ഇ.കെ. നമ്പൂതിരിയും സുശീല ഗോപാലനെ ജില്ലാകമ്മിറ്റിയിലെ സ്വീകരണമുറിയിലിരുത്തി യിരിക്കുകയാണ്. സഖാവ് എ.കെ.ജി. ദൽഹിയിൽനിന്നും പാർലമെന്റ് യോഗത്തിൽ പങ്കെടുത്ത് തലേദിവസം കോഴിക്കോട്ടെത്തിയിട്ടുണ്ടെ ന്നാണ് അറിഞ്ഞത്. ജില്ലാ കമ്മിറ്റിയുമായദ്ദേഹം ബന്ധപ്പെട്ടിട്ടുണ്ട്. സുശീലാ ഗോപാലൻ കോഴിക്കോട്ടെത്തിയെന്നത് അറിയാം.

സാധാരണ എ.കെ.ജി. കോഴിക്കോട്ടെത്തുന്ന അക്കാലങ്ങളിൽ, ജി.ഡി. പ്രഭുവിന്റെ വീട്ടിലാണ് തങ്ങാറുള്ളത്. അല്ലെങ്കിൽ പ്രഭു സഹോദര ന്മാരായ ദിനകരപ്രഭുവിന്റെ വലിയങ്ങാടിയാരംഭത്തിലെ കോക്കറി ഷാപ്പിന്റെയകത്തളങ്ങളിലോ അഡ്വക്കേറ്റ് കുഞ്ഞിരാമപ്പൊതുവാളുടെ ചാലപ്പുറത്തെ വീട്ടിലോ ആണ്. രണ്ടിടത്തുമല്ലെങ്കിൽ പുതിയറയിലെ സഖാവ് ചാത്തുവിന്റെയൊപ്പമായിരിക്കും തങ്ങുക. ജില്ലാക്കമ്മിറ്റി ആഫീ സിലെ ആഫീസ് സെക്രട്ടറി കോയയ്ക്കും ചന്ദ്രശേഖരക്കുറുപ്പിനും ഈവക കാര്യങ്ങളൊക്കെ ബഹുകണിശമായും അറിയാം. സുശീലാ ഗോപാലൻ പറയുന്നുണ്ട്. “സഖാവ് പാർട്ടി പരിപാടികളെല്ലാം അറിയി ച്ചിട്ടുണ്ട്. ഇന്ന് പകൽ കോഴിക്കോട്ടും പരിസരപ്രദേശങ്ങളിലും വൈകീട്ട് മഞ്ചേരി, കുണ്ടോട്ടി തുടങ്ങി ഏറനാടൻ ഭാഗങ്ങളിലും മീറ്റിംഗുകൾ ഉണ്ട്. എന്റെ പരിപാടിയെല്ലാം കഴിഞ്ഞ് രാത്രി സന്ധിക്കാമെന്നാണ് സഖാവ് പറഞ്ഞത്. അത് പ്രശ്നമല്ല. എന്റെ ഇന്നത്തെ യോഗസ്ഥലങ്ങൾ എവിടെ യൊക്കെയാണ്? മലബാറിൽ ഞാൻ കന്നിക്കാരിയാണല്ലോ. കുറ്റ്യാടി, നാദാപുരം, പേരാമ്പ്ര, കൂത്താളി മേഖലയിലാണെന്നാണറിയിച്ചത്. കുടി യേറ്റമേഖലയിൽ, ആലപ്പുഴക്കാരിയായതിനാലാവും.”

ആലപ്പുഴ മുഹമ്മയിൽ നിന്ന് സഖാവ് സുശീലാഗോപാലൻ കോഴി ക്കോട്ടെത്തിയിട്ടുണ്ടെന്ന് ദേശാഭിമാനി ഭാഗത്തെ ‘പ്രപഞ്ചം’ മുറിയി ലിരിക്കെ ഞാൻ കേട്ടിരുന്നു. എ.കെ.ജിയുടെ പത്നിയെക്കുറിച്ച് അറിഞ്ഞ തല്ലാതെ കക്ഷിയെ ഞാൻ നേരിട്ടു കണ്ടിരുന്നില്ല. എന്റെ നാട്ടുകാരൻ കൂടിയായ സഖാവ് കെ.ഇ.കെ. നമ്പൂതിരിയാണ് എന്നെ അവർക്ക് പരി ചയപ്പെടുത്തിക്കൊടുത്തത്. കെ.ഇ.കെ. പറഞ്ഞ വാചകംപോലും ഞാനോർക്കുന്നു.

“ഇത് ഞങ്ങളുടെ ഖാദർ സഖാവ്. കഥകളൊക്കെ എഴുതാറുണ്ട്. പ്രപഞ്ചം വാരികയുടെ ആഫീസിലാണ് ജോലി. അതിന്റെ ചുമതല ക്കാരൻ വടകരഭാഗത്തെ ആളാണ്. എന്റെ നാട്ടുകാരനുമാണ്. ഈ പ്രാകൃതം കാര്യാക്കണ്ട.” അപ്പറഞ്ഞതിന്റെ ‘മയന’ ആലപ്പുഴക്കാരി സഖാവിന് മനസ്സിലായോ എന്തോ! എന്റെ കോലം കണ്ടിട്ടാവണം നമ്പൂ തിരി എന്നെയടുത്ത് ചേർത്തുനിർത്തി അങ്ങനെയൊരു ‘നസ്യം’ തട്ടി ത്തുളുമ്പിയത്.

പെട്ടെന്ന് എന്തോ ഓർത്തെടുത്തപോലെ ജില്ലാ കമ്മിറ്റി ഓഫീസ്

സെക്രട്ടറി എന്നോട് ചോദിച്ചു. "ഖാദറിന് ഇന്നൊരു ഡ്യൂട്ടി ഏല്പിച്ചാലോ?"

"വാരികയുടെ ഡ്യൂട്ടിക്ക് ഞാൻ റെഡിയുണ്ടല്ലോ?"

"അതല്ല. കാര്യം ഞാൻ ടി.വി.കെയോടു പറയാം സഖാവ് സുശീലയ്ക്കൊപ്പം പേരാമ്പ്രയിലെ അവരുടെ മീറ്റിംഗ് സ്ഥലങ്ങളിലേക്കും അത് കഴിഞ്ഞാൽ കോഴിക്കോട്ടും അവരുടെയൊപ്പം യാത്രചെയ്യണം ആ ഭാഗങ്ങളിലൊക്കെ സഖാവ് സുശീല നടാടെ പോകാണല്ലോ. തിരിച്ചുള്ള യാത്ര മേപ്പയ്യൂർ, പയ്യോളി തിക്കോടി ഭാഗങ്ങളിലൂടെയാണ്. കൊയിലാണ്ടിയിൽ നിന്ന് സഖാവ് കെ.ഇ.കെ. ഒപ്പം ചേർന്നാൽ സഖാവിനവിടെയിറങ്ങി വീട്ടിലേക്കോ തിക്കോടിയിലെ വീട്ടിലേക്കോ പോകേം ചെയ്യാം. ഞാൻ ടി.വി. കെയോടു പറയട്ടെ. ഖാദറിന്റെ നൈറ്റ് ഷിഫ്റ്റ് നാളെയല്ലേ."

സഖാവ് നായനാരെത്തി. ഒപ്പം ചാത്തുണ്ണി മാസ്റ്ററും സഖാവ്. പി. സി.ആറും. സ: സി.എച്ച്. കണാരനും ജില്ലാ കമ്മിറ്റിയുടെ നടുവക മുറിയിലെ കോൺഫറൻസ് ഹാളിൽ അവരെല്ലാവരും കയറി. സുശീലാ ഗോപാലനും ആസന്നമാവുന്ന തെരഞ്ഞെടുപ്പ് പ്രചാരണ പരിപാടികൾ എവ്വിധമൊക്കെയെന്ന് ആലോചിക്കാനാവാം. യാത്ര പദ്ധതികൾ ഇടാനാവും.

അന്ന് ഏതാണ്ട് ഉച്ചയ്ക്കുശേഷം രണ്ടു മണിക്കാണ് കോഴിക്കോട്ട് നിന്ന് സുശീലാഗോപാലൻ വടക്കൻഭാഗത്തെ സുപ്രധാനയിടങ്ങളിലെ തെരഞ്ഞെടുപ്പ് പ്രചാരണ പരിപാടികൾക്കായി പുറപ്പെട്ടത്. പേരാമ്പ്രയിലെ മീറ്റിംഗ് വൈകുന്നേരം ആറുമണിക്കാണ്. അതുവരെ നാദാപുരം, കല്ലാച്ചി, കുറ്റ്യാടി, കക്കയം എന്നിവിടങ്ങളിൽ. അങ്ങോട്ടുള്ള യാത്ര വടകര വഴിക്കാണ് നല്ലതെന്ന് കോഴിക്കോട്ടെ സഖാക്കൾ നിർദ്ദേശിച്ചു. വടകരയിൽ കേളുവേട്ടനോ കുമാരൻമാസ്റ്ററോ ഉണ്ടാവും. വിശദമായവർ പറയും."

'പ്രപഞ്ചം' വാരികയുടെ പണി ആ ദിവസം ഏറെയില്ല. ഫൈനൽ പേജ് പ്രൂഫ് നോക്കി കഴിഞ്ഞതാണ്. എല്ലാം ഒന്നോടിച്ച് നോക്കി. ടി.വി. കെ. യെസ്സ്." പറഞ്ഞ് കഴിഞ്ഞതാണ്. പ്രസ് കറങ്ങിയാൽ ആദ്യപ്രിന്റിംഗ് പേജുകൾ ഒന്നുകൂടി നോക്കി തലയാട്ടുകയേ വേണ്ടൂ."

പാർട്ടിയാഫീസിലെ കോയയോട് പറഞ്ഞു: "ഞാനും പുറപ്പെടാം. ടാക്സി ഡ്രൈവർ ചോപ്പൻ കുമാരൻ ആയതുകൊണ്ട് യാത്രയിൽ മുഷിച്ചിലുകൾ ഒന്നും ഉണ്ടാവുകയുമില്ല."

അക്കാലത്ത് ദൂരസ്ഥലങ്ങളിലേക്കുള്ള 'പ്രധാന യാത്രകൾ' എല്ലാം അംബാസിഡർ ടാക്സിയിലാണ്. ഇക്കാലത്തെ സുഖപ്രദമായ വമ്പൻ കാറുകളിലെ ശീതീകരിച്ച സീറ്റുകളിൽ മയങ്ങിക്കിടന്നുള്ള 'തടിയറിയാ' യാത്രകളല്ല. യാത്രാക്ലേശങ്ങൾ ഒട്ടും വകവയ്ക്കാത്ത ജനസ്സുകളായിരുന്നല്ലോ പഴയകാലരാഷ്ട്രീയ രംഗത്തുണ്ടായിരുന്നവർ. കിട്ടുന്ന

വണ്ടിയിലോടും. തിരിച്ചുപോരുന്നതെങ്ങനെയെന്ന ചോദ്യമോ ആധിയോ ആവലാതിയോ ഇല്ലാത്ത പോക്ക്.

ചോപ്പൻ കുമാരൻ എന്ന ടാക്സി ഡ്രൈവറെ സഖാവ് സുശീല ഗോപാലന് പരിചയമുണ്ടാവില്ല. എ.കെ.ജിയെന്ന മനുഷ്യസ്നേഹത്തിന്റെ മൂർത്തരൂപത്തെ ജീവിതസഖാവായി വരിച്ച ആലപ്പുഴയിലെ കയർ ത്തൊഴിലാളി സമൂഹത്തിലെ സാധാരണ പ്രവർത്തക. അസാധാരണ മായ നേതൃപടുത്വവും മനുഷ്യത്വവും കൈമുതലായ കമ്മ്യൂണിസ്റ്റ് പാർട്ടി പ്രവർത്തക. കാർ യാത്രയിലുടനീളം അവരന്ന് സംസാരിച്ചത്. ആലപ്പുഴ യിലെ സാധാരണ മനുഷ്യർക്കിടയിലെ അസാധാരണനായ മുനിതുല്യ വ്യക്തിപ്രഭാവത്തിന്റെ പോരാളിയായ സഖാവ് സുഗതൻ സാറിനെക്കുറി ച്ചായിരുന്നു. അതല്ല ആലപ്പുഴയെന്ന് കേൾക്കുമ്പോൾ മനസ്സാകെ തുളുമ്പിവരുന്ന വിപ്ലവപ്രതിരൂപമായ സഖാവ് സുഗതൻസാറിനെക്കുറി ച്ചായിരുന്നു. അറിയാനുള്ള ആകാംക്ഷയോടെ ഞാനേറെയും ചോദിച്ചത് എന്നാണോർമ്മ. പാർട്ടിപ്രവർത്തനം സ്വജന്മനിയോഗമായി സ്വീകരിച്ച എ.കെ.ജി. പത്നിയിലൂടെ ഞാനതെല്ലാം അന്ന് കേൾക്കുകയായിരുന്നു. കയർത്തൊഴിലാളികൾക്കിടയിലെ പാർട്ടിക്കൂറിന്റെ കഥകൾ...

ചോപ്പൻ കുമാരനാണല്ലോ ടാക്സി ഡ്രൈവർ. അടിമുടി കലാ സ്നേഹിയായ കുമാരൻ പാർട്ടിയുടെ ഭാഗംതന്നെയാണ്. കമ്മ്യൂണിസ്റ്റ് പാർട്ടി നേതാക്കളെ നേരം നോക്കാതെ, കണക്കും കൂലിയും പാലിക്കാതെ കൊണ്ടുചെന്നെത്തിക്കുകയാണ് തന്റെ കർമ്മസാഫല്യം എന്ന് ഉറച്ച് വിശ്വസിക്കുന്നവൻ. ബാബുക്ക കാറിൽ കയറിയാൽ പിന്നെ കുമാരന് മറ്റൊരു ദിക്കിലേക്കും പോകേണ്ടതായിട്ടില്ല. ബാബുരാജ് എങ്ങോട്ടെല്ലാം പോകണമെന്ന് പറയുന്നുവോ അവിടേക്കെല്ലാം മടികൂടാതെ യാത്ര. വണ്ടി യിൽ ഇന്ധനമില്ലെങ്കിലും ബാബുരാജ് എന്നുറക്കെ വിളിച്ച് തട്ടിയാൽ വണ്ടി സടകുടഞ്ഞ് എഴുന്നേൽക്കുമെന്നാണ് കുമാരന്റെ വിശ്വാസം. ബാബുരാജ് എന്ന സംഗീതജ്ഞൻ എന്തുകൊടുത്താലും സ്വീകാര്യം. അതാണ് കുമാരന്റെ മട്ട്. യാത്രയ്ക്കായി ലഭിച്ചത് എ.കെ.ജിയുടെ പത്നി സുശീലാഗോപാലനാണെന്നറിഞ്ഞപ്പോൾ കുമാരൻ ഒന്നുകൂടി ഉഷാറായി. യാത്രയിൽ കാറിനുള്ള ഇന്ധനം മാത്രമല്ലാതെ തനിക്കായി മറ്റൊരു ഇന്ധ നവും ഇനിയാവശ്യമില്ലയെന്ന മട്ടുകാരനായി ചോപ്പൻ കുമാരൻ. മുൻ സീറ്റിൽ ഇരിക്കുന്ന എന്നോട് സ്വകാര്യമെന്ന മട്ടിൽ പറഞ്ഞു: “എനി ക്കിന്ന് വേറെ പെട്രോളൊന്നും വേണ്ടാട്ടൊ. ഖാദർഭായി ബേജാറാകണ്ട.”

അതും പറഞ്ഞാണ് കൂത്താളി ഭാഗം ലക്ഷ്യമാക്കി കുമാരൻ വിട്ടത്. തിരിച്ചു വരവിലാണ് പേരാമ്പ്രയും മേപ്പയ്യൂരും പയ്യോളിയും തിക്കോടി യുമൊക്കെ. അവിടെയൊക്കെ ജനസഹസ്രങ്ങൾ. തന്റെ രീതിയിൽ കാര്യ ങ്ങൾ പറഞ്ഞ് ജനങ്ങളെ അവർ കൈയിലെടുക്കുന്നത് എനിക്ക് ആവേശ ക്കാഴ്ചയായിരുന്നു.

പാതിരാത്രിയും കഴിഞ്ഞാണ് പ്രചാരണം കഴിഞ്ഞ് ശ്രീമതി. സുശീലാ ഗോപാലൻ കാറിൽ തിരിച്ചെത്തിയത് പേരാമ്പ്ര, മേപ്പയ്യൂർ പയ്യോളി തിക്കോടി കൊയിലാണ്ടിയിലെല്ലാം കാത്തിരുന്ന ജനങ്ങളെ അഭിമുഖീ കരിച്ച് സംസാരിച്ച് ക്ഷീണിതയായ അവർ പറഞ്ഞു. "കാറിന്റെ പിൻ സീറ്റിൽ ഞാനുറങ്ങിയെങ്കിൽ കോഴിക്കോട്ടെത്തുമ്പോൾ തട്ടിവിളിച്ചേ ക്കണം."

അത്രയേ പറഞ്ഞുള്ളൂ. അവർ കാറിൽ പിൻസീറ്റിൽ ചാരിയിരുന്നു. പറഞ്ഞപോലെ കെ.ഇ.കെ. നമ്പൂതിരി കാത്തുനിൽപ്പുണ്ടായിരുന്നു. കെ. ഇ.കെ. ചോദിച്ചു. "ഖാദറിനി വീട്ടിലേക്കോ തിക്കോടിയിലേക്കോ."

കെ.ഇ.കെ. പറഞ്ഞുതീരുംമുമ്പ് ഞാൻ കയറിപ്പറഞ്ഞു. "നട്ടപ്പാതിരാ കഴിഞ്ഞ് ഒരു വീട്ടിലേക്കും പോകുന്നില്ല. ഞാൻ കോഴിക്കോട്ടേക്കു വരാം. അവിടെയെത്തി പ്രപഞ്ചത്തിന്റെ മുറിയിൽ മേശപ്പുറത്ത് കിടക്കാം. നാളെ എനിക്ക് ഓഫാക്കാനും പറ്റൂലാ. കടലാസ് വിരിച്ച് പ്രപഞ്ചത്തിന്റെ മേശ പ്പുറത്ത് ഉറക്കം. നന്നേ വെളുപ്പിന് ദേശാഭിമാനിക്കിണറ്റിലെ ഇക്കറ പുരണ്ട വെള്ളത്തിൽ ഒരു കുളി മതി. ഉഷാർ."

ഞാൻ പറയുന്നത് കേട്ടാവും "എല്ലാം സംഭവിക്കുന്നത് നമ്മുടെ ഈ പ്രപഞ്ചത്തിൽ തന്നെയല്ലേ സഖാവ് ഖാദർ..." കാറിന്റെ പിൻസീറ്റിൽ തളർന്ന് ചാരിയിരിക്കെ എ.കെ.ജി. പത്നിയുടെ ഫലിതം. വടക്കെ മല ബാറിലെ ജനങ്ങളെ തന്റെ പ്രസംഗശീലിന്റെ ഈണമുറയും ശബ്ദത്തിൽ കൈയിലെടുക്കാനും തെക്കൻമട്ടിൽ അവരെ കാര്യം പറഞ്ഞ് ബോധ്യ പ്പെടുത്താനും സാധിച്ചതിന്റെ രാഷ്ട്രീയ പ്രവത്തനസായൂജ്യം. കാറിൽ കോഴിക്കോട്ടേക്ക് തിരിച്ചുകുതിക്കേ പിൻസീറ്റിലുയരുന്ന നേർത്ത കൂർക്കം വലിയിൽ ഞങ്ങൾ ഊഹിച്ചറിയുന്നു...

കോഴിക്കോട്ട് തിരിച്ചെത്തുമ്പോൾ സഖാവ് എ.കെ.ജിയും തന്റെ ഏറ നാടൻ രാഷ്ട്രീയപ്രചാരണ പരിപാടികൾ കഴിഞ്ഞ് ജില്ലാ കമ്മിറ്റിയാ ഫീസിൽ എത്തിയിരുന്നു. എ.കെ.ജി എന്റെ ചുമലിൽ കൈ വച്ചു ചിരി തൂകി ചോദിക്കുന്നു. "എടോ നീയായിരുന്നോ ഒപ്പം?"

"ഖാദർ സഖാവാ തന്റെ കൂടെയുണ്ടായിരുന്നത്... കൊയിലാണ്ടി ഭാഗത്തെ നമ്മുടെ ഉശിരുള്ള ചെറുപ്പക്കാരെ താനറിയണം..."

അതിശയം മുഴുക്കെ എനിക്കായിരുന്നു. ജീവിതത്തിൽ അതിന് മുമ്പ് രണ്ടോ മൂന്നോ തവണ മാത്രമേ ഞാൻ എ.കെ.ജിയെ അടുത്ത് കണ്ടി ട്ടുള്ളൂ. കൊയിലാണ്ടി സഖാവ് എം.സി. ഇബ്രാഹിമിന്റെ പീടികയിലെ ബീഡി സഖാക്കൾക്കൊപ്പം. പാർട്ടിയുടെ കൊയിലാണ്ടിയാഫീസിൽ അന്ന് എ.കെ.ജി. വരുന്നു. കുത്താളി സമരഘട്ടങ്ങൾ, അരിക്കുളം കർഷക സമരം, നായർ ബീഡിക്കമ്പനി പണിമുടക്ക് ഇത്യാദി സമരവീര്യ ചരിത്ര ങ്ങളിലൂടെ കടന്നുപോന്ന കമ്മ്യൂണിസ്റ്റ് പാർട്ടിയുടെ പ്രവർത്തനങ്ങൾ.

എ.കെ.ജി. ക്ലാസെടുക്കുന്നത് കേൾക്കുകയായിരുന്നു. സഖാവ് എസ്.എം. ആലിക്കയോ സഖാവ് മേശവിളക്ക് കുഞ്ഞിരാമേട്ടനോ എന്നെ പരിചയപ്പെടുത്തി.

"പഠിക്കുകയാണ്. നമുക്ക് വേണ്ടപ്പെട്ട കുട്ടിയാണ്."

അദ്ദേഹം പേര് ചോദിച്ചു. ഞാനത് പറഞ്ഞു. അത്രതന്നെ.

അദ്ദേഹം പാർലമെന്റ് അംഗമാവുന്നു. പ്രതിപക്ഷ നേതാവാകുന്നു. മുഴുവൻ സമയ പാർട്ടിപ്രവർത്തനം പാർലിമെന്റംഗം ജനകീയമുന്നേറ്റ സമരങ്ങൾ. പക്ഷേ, ഒരിക്കൽ ഒരു പ്രത്യേക പാർട്ടി പ്രവർത്തന ഒത്തുചേരലിന്റെ ഘട്ടത്തിൽ പരിചയപ്പെടുന്ന സാദാ പ്രവർത്തകന്റെ പേര് ആ മനസ്സിൽനിന്ന് മായുന്നില്ല.

കാണുംമാത്രയിൽ തന്നെ തിരിച്ചറിഞ്ഞുള്ള കുശല വാക്യങ്ങൾ, സംബോധനകൾ... അതെ അതായിരുന്നില്ല പഴയകാലത്തെ നേതാക്കന്മാർ. അവരുടെ മനസ്സുകളിൽ ഈടുവയ്പുപോലെ സൂക്ഷിക്കുന്ന മനുഷ്യപ്പറ്റ്. സഖാവ് ഇ.കെ. നായനാർക്കും കേളുവേട്ടനും സിഎച്ച്. കണാരനും സഖാവ് പി.ആർ. നമ്പ്യാർ തുടങ്ങിയുള്ള പഴയകാല നേതാക്കന്മാർക്കെല്ലാം ഈ ഗുണവിശേഷം ഉണ്ടായിരുന്നു. അവരുടെയെല്ലാം ഹൃദയാന്തരങ്ങളിലെ ഓർമ്മത്തെളിയുടെ വിശുദ്ധി അപാരമായിരുന്നു. ആ ഓർമ്മത്തെളിനീരുറവകളിലൂടെയാണ് ഞാനൊക്കെ കാലത്തേയും ജീവിതത്തെയും കണ്ടറിഞ്ഞ് പഠിക്കാൻ ശ്രമിച്ചത്, ശീലിച്ചത്. ■

ഓർമ്മക്കയങ്ങളിലെ 'തസ്വീർ'

ദേശാഭിമാനി പത്രസ്ഥാപനത്തിന്റെ 'അകപ്പന്തലി'നകത്തെ 'ഇയ്യ്'ത്തുണ്ടുകൾ പെറുക്കി അടുക്കി ഒതുക്കിക്കെട്ടി മഷിപുരട്ടിയെടുക്കുന്ന ഗാലിപ്രൂഫുകളിലെ അക്ഷരപ്പിശകുകളിൽ കണ്ണോടിച്ച് അങ്ങനെയിങ്ങനെ വെട്ടിയും തിരുത്തിയും കെട്ടിത്തിരിയുന്ന കാലത്താണ് എനിക്ക് ഹംസയെന്ന പത്രപ്രവർത്തകനെ കാണാനും പരിചയപ്പെടാനും ഏതാനും മാസങ്ങൾ ഒന്നിച്ച് പണിയെടുക്കുന്ന സഹപ്രവർത്തകനായി 'തോളൊത്ത്' കഴിയുവാനും സന്ദർഭമുണ്ടാവുന്നത്.

പ്രപഞ്ചത്തിന്റെ ചുമതലക്കാരനായ സ: ടി.വി.കെ. തന്നെയാണ് ഒരു നാൾ ഹംസയെ കൂട്ടിക്കൊണ്ടുവന്ന് എനിക്ക് പരിചയപ്പെടുത്തി തന്നത്. ടി.വി.കെയുടെ കസേലയ്ക്കടുത്തായി ഒഴിഞ്ഞ് കിടന്ന സീറ്റിൽ ഹംസയെ ഇരുത്തി. പ്രപഞ്ചം ഓഫീസിന്റെ തെക്കോട്ടഭിമുഖമായ വാതിലിന്നരികിലായിരുന്നു എനിക്കുള്ള കസേരയും മേശയും. എന്റെ തൊട്ടുമുന്നിലാണ് എനിക്ക് അഭിമുഖമായി ഹംസയെ ഇരുത്തിയത്. പരിചയപ്പെടുത്തലിന്റെ ആമുഖമായി ടി.വി.കെ. ഇങ്ങനെ പറഞ്ഞു:

"ഹംസ നമ്മുടെ പ്രസിദ്ധീകരണങ്ങളിൽ അത്യാവശ്യം ചിലത് എഴുതിത്തരാറുണ്ട്. ആവശ്യമായ സന്ദർഭങ്ങളിൽ ആവശ്യപ്പെട്ടാൽ എപ്പോഴായാലും വേണമെങ്കിൽ സഹായിക്കും. പല പത്രങ്ങളുമായും ബന്ധമുണ്ട്. വേണ്ടപ്പെട്ട കക്ഷിയാണ്. ഖാദറിനും പ്രപഞ്ചത്തിനും സഹായമാവും. നമ്മുടെ ചില ഐറ്റംസും ഹംസയെക്കൊണ്ടെഴുതിക്കാം. കോഴിക്കോടനും സിനിക്കും നാദിർഷായുമൊക്കെ എഴുതുന്ന തരം സിനിമാ റിവ്യൂവും എഴുതാറുണ്ട് തസ്വീർ എന്ന് പെൻ നെയിമിൽ. പ്രപഞ്ചത്തിന് തസ്വീറിനേയും ഉപയോഗിക്കാമല്ലോ."

ടി.വി.കെ. ഞങ്ങൾ രണ്ടാളേയും നോക്കി ഉറക്കെ ചിരിച്ചു. അങ്ങനെ ടി.വി.കെ. ചിരിക്കുന്നത് ഞാൻ കേൾക്കാറില്ല. കണ്ടിട്ടുമില്ല. ദേശാഭിമാനി എഡിറ്റോറിയൽ ഡസ്കിനു തൊട്ടപ്പുറത്തെ ടെലിഫോണിൽ ടേപ്പ് റിക്കാർഡർ നോബ് പതിപ്പിച്ച് തിരുവനന്തപുരം ബ്യൂറോയിലേക്ക്

പവനനുമായി ഫോണിൽ സംസാരിക്കുമ്പോഴാണ് ടി.വി.കെ. ഇത്രയും മുഴക്കത്തോടെ ചില കമന്റുകൾ വിളമ്പി ചിരിക്കാറുള്ളത്. ജില്ലാ കമ്മിറ്റിയാഫീസിൽ നായനാരും ചാത്തുണ്ണിമാസ്റ്ററും സി.എച്ച്. കണാരനും ഫറൂക്കിൽ നിന്നെത്തുന്ന ട്രേഡ് യൂണിയൻ നേതാവ് സഖാവ് അയ്യപ്പനും കോഴിക്കോട്ടെ സഖാവ് കല്ലാട്ട് കൃഷ്ണനനും കോട്ടൂളിയിൽ നിന്നെത്തുന്ന ചന്ദ്രശേഖരക്കുറുപ്പും ഒന്നിച്ച് കൂടുന്ന പാർട്ടി ജില്ലാ കമ്മിറ്റി യോഗത്തിലെ ചില ഉച്ചച്ചർച്ചകൾ ചൂടോടെ കത്തിപ്പിടിക്കുന്ന നേരത്ത് അവരുടെ ഉച്ചത്തിലുള്ള വർത്തമാനത്തെ മറികടക്കാൻ ദേശാഭിമനി പത്രാധിപസമിതിയംഗങ്ങൾ ഉറക്കെ വാർത്താകാര്യങ്ങൾ വിളമ്പാറുണ്ട്. അപ്പോഴും പ്രാദേശിക വാർത്തകൾ വായിച്ചുനോക്കുന്ന ന്യൂസ് എഡിറ്റർ സ: എം. കണാരന്റെ ശബ്ദമാണ് കൂടുതലും മുഴങ്ങുക.

പുതുതായെത്തിയ, മെലിഞ്ഞ് നേർത്ത ശരീരമുള്ള മനുഷ്യനെ പ്രപഞ്ചം മുറിയിലിരുത്തി എനിക്ക് പരിചയപ്പെടുത്തിത്തന്ന സ: ടി.വി.കെ. പറയുന്നു.

“വെൽ മിസ്റ്റർ ഹംസ. ഖാദർ പ്രപഞ്ചത്തിന്റെ മാറ്ററും മറ്റും നോക്കിക്കോളും. ഹംസ ആവശ്യമായതെന്തൊക്കെ വേണമോ അതെല്ലാം ചെയ്ത് കൊടുക്കണം. ഞാനുണ്ടാവും. നമ്മുടെ ട്രെന്റ് മിസ്റ്റർ ഹംസയോട് ഞാൻ പ്രത്യേകായിട്ട് പറയണംന്നില്ലല്ലോ...”

അപ്പോഴും നല്ല തെളിമയുള്ള ടി.വി.കെയുടെ ചിരി. ഇന്നേതായാലും നല്ല കാലാവസ്ഥ തന്നെയാണല്ലോയെന്ന് മനസ്സിൽ കരുതി. ടി.വി.കെ. പറഞ്ഞു: “കാന്റീൻ ടിക്കറ്റ് ഖാദറിന്റെ കൈയിലുണ്ടെങ്കിൽ ഇന്നത്തെ ഹംസയുടെ ഊൺ കാശ് ആ ടിക്കറ്റ് കൂടി ഖാദർ എക്സ്ട്രാ കൊടുത്തോളൂ.” അത്രയും പറഞ്ഞ് ഒരു ഫയൽ എന്നെ ഏല്പിച്ചു. “മൂച്ചിക്കർ പത്മനാഭൻ അയച്ച മാറ്ററാ. നമുക്കിത് പ്രപഞ്ചത്തിലേക്ക് യൂട്ലൈസ് ചെയ്യാം. ഹംസ കൊണ്ടുവന്നതാ...”

പുറംവരാന്തയിലെ സൈക്കിളിന്റെ ഹാന്റിലിൽ ഒറ്റക്കൈയൂന്നി ടി. വി.കെ. യാത്ര പറഞ്ഞിറങ്ങി. കുതിരവട്ടം ഭാഗത്ത് താമസിക്കുന്ന ടി.വി. കെ. നിത്യേന സൈക്കിളിലാണ് വരവും പോക്കും. സൈക്കിളിൽ കയറും നേരത്ത് ടി.വി.കെ. വീണ്ടും എന്നെ വിളിച്ചുപറയുന്നു. “നമ്മുടെ വാർഷികപ്പതിപ്പിന്റെ മുഖചിത്രം സി.എം.വി. നമ്പീശൻ ഒന്നെടുത്തിട്ടുണ്ട്. മലമ്പുഴ ഡാം സൈറ്റിന്റെ മനോഹരമായ ദൃശ്യം. ദേശാഭിമാനിയുടെ വാർഷികപ്പതിപ്പിന് പറ്റിയ ചിത്രം. ഇന്ന് വൈകുന്നേരത്തിന് മുമ്പ് നമ്പീശൻ അതെത്തിക്കും. ഖാദറിനെ ഒന്നുകാണിക്കാൻ നമ്പീശനോട് പറഞ്ഞിട്ടുണ്ട്. വാർഷികപ്പതിപ്പിന്റെ ടൈറ്റിൽ അതിന്മേൽ കലാഭംഗിയോടെ എഴുതണം. ഫോട്ടോ സഖാവ് നമ്പീശൻ കൊണ്ടുവരും. ഉണ്ണാൻ പോവുമ്പോൾ ഞാൻ പുതിയറയിലെ നമ്പീശന്റെ സ്റ്റുഡിയോയിൽ കയറാം.”

ടി.വി.കെ. സൈക്കിളിൽ കയറി. കോൺവെന്റ് റോഡിലൂടെ ചവുട്ടി നീങ്ങി അത് കിഴക്കോട്ട് ഉരുളും. മൂന്നാം റെയിൽവേ ഗേറ്റ് കടന്ന് പാരഗൺ ഹോട്ടലിന്റെ മുന്നിലൂടെ അൻസാരി പാർക്ക് നിരത്തിലൂടെ പുതിയറയിലേക്കുള്ള ഓട്ടം. ഓട്ടത്തിനിടയിൽ പൊലീസ് ലൈനിന്റെ ഓരത്തിലൂടെ പരിചിതർക്കെല്ലാം കൈ വീശി സലാം കാണിച്ചുള്ള ടി.വി.കെയുടെ ഉച്ചനേരത്തെ പോക്ക്. ജനറലാശുപത്രി ഭാഗത്തേക്കുള്ള നിരത്തിലൂടെ ടി.വി.ക്കെയ്ക്ക് സൈക്കിൾയാത്ര ഉല്ലാസാനുഭവമാണെന്നാണ് ടി.വി.കെ. പറയാറുള്ളത്. ടാഗോർ സെന്റിനറി ഹാൾ അന്നില്ല. സത്രം ബിൽഡിംഗ് എന്ന പേരിൽ ഒരു കെട്ടിടമുണ്ടായിരുന്നുവോ എന്നെനിക്കോർമ്മയില്ല. ആംഗ്ലോ ഇന്ത്യൻ ആൾക്കാരേയാണ് ഏറെയും ആ ഭാഗത്ത് മുന്നാലിങ്ങൽ പ്രദേശത്ത് കാണാനാവുക. കുരിയാൽ ഇടവഴിയിലെ താമസക്കാരും ഏറിയ പങ്കും ഈ പറഞ്ഞ ചട്ടക്കാരാണ്. അധികവും റെയിൽവേ ഉദ്യോഗസ്ഥർ. ജനറലാശുപത്രിക്ക് മുന്നിലുള്ള ലൈൻമുറികളിൽനിന്ന് ചട്ടക്കാരുടെ വർത്തമാനങ്ങളും വെസ്റ്റേൺ മ്യൂസിക്ക് ബാന്റ് വാദ്യവും കേൾക്കാം. സൈക്കിൾ യാത്രയിലെ ഓരോരോ പ്രത്യേകതകൾ ജോലിത്തിരക്കിനിടയിൽ ടി.വി.കെ. ചമൽക്കാരത്തോടെ പറയാറുള്ളത് ഓർത്തുപോയതാണ്.

ഹംസ എന്ന സുഹൃത്തിനേയും കൂട്ടിയാണ് ഞാനന്ന് ദേശാഭിമാനി കാന്റീനിലേക്ക് ഉച്ചഭക്ഷണത്തിന് ചെന്നത്. പോകുന്ന വഴിക്കാണ് മാധവൻനായരുടെ എൻഗ്രേവിംഗ് സ്റ്റുഡിയോ. ഇയ്യപ്പലകയിൽ ഭംഗിയായി അക്ഷരങ്ങൾ കൊത്തിയുണ്ടാക്കിയ കലാകാരനാണ് മാധവൻ നായർ. നല്ല തണ്ടും തടിയുമൊത്ത ശക്തൻ. മാറുന്തിയാണ് നടക്കുക. മാധവൻ നായർക്കും യാത്രയ്ക്ക് പാകമായ സൈക്കിൾ സ്വന്തമായുണ്ട്. വൈകുന്നേരം ബീച്ച് ആശുപത്രിക്ക് മുന്നിലെ നിരത്തിലൂടെയാണ് അദ്ദേഹത്തിന്റെ സൈക്കിൾ സവാരി. പിയേസ്‌ലസ്ലി കമ്പനിക്കാരുടെ ക്വാർട്ടേഴ്സിനു മുന്നിലൂടെ വെള്ളയിലേക്കുള്ള യാത്ര.

കാന്റീൻ യാത്രയ്ക്കിടയിൽ മാധവൻനായർ എന്നെ കണ്ടു. അദ്ദേഹം എന്നെ വിളിച്ചു. "മിസ്റ്റർ ഖാദർ, ഇന്നെഴുതിത്തന്ന ടൈറ്റിൽസ് എല്ലാം ഞാൻ എംഗ്രേവ് ചെയ്തിട്ടുണ്ട്. ചിത്രഭാനുവിനോട് പറഞ്ഞോളൂ. ഞാൻ കൊടുത്തയയ്ക്കാം. ചിത്രങ്ങൾ ഞാൻ പ്രോസസ്സ് ചെയ്ത് ബ്ലോക്കാക്കി നാലുദിവസത്തിനകം കൊടുക്കാം. ഇനി ചിത്രം വരയ്ക്കുമ്പോൾ ഇന്ത്യൻ ഇങ്ക് അല്പംകൂടി കനപ്പിച്ച ലൈനിലാവണം. ഖാദർ സഖാവിന് അറിയാമല്ലോ. ഇവിടത്തെ പ്രോസസ്സിംഗ് സൗകര്യങ്ങൾ കമ്മിയാണ്. തിൻ ലൈനുകൾ എന്റെ പ്രോസസ്സ് ക്യാമറയിൽ പതിയൂലാ. വാഷ് ചെയ്യുമ്പോൾ ലെഡ് അലിഞ്ഞ് മാഞ്ഞുപോവും. ലൈനുകൾ അല്പംകൂടി കടുപ്പിച്ച് വരച്ചോളൂ." എന്നാലേ ഇവിടത്തെ പ്രിന്റിംഗിൽ തെളിയൂ."

മാധവൻനായർ തന്റെ പരിമിതികൾ അറിയിക്കുകയാണല്ലോ. ഞാൻ തലയാട്ടി. ദേശാഭിമാനിയിലെ ചിത്രഭാനു നമ്പൂതിരി എനിക്ക് പുതിയൊരു ദൗത്യം തന്നതിനെക്കുറിച്ചും ഞാൻ ഹംസയോടന്ന് പറഞ്ഞു. ദേശാഭിമാനി വാരിക അതിന്റെ സ്പെഷ്യൽ എന്ന നിലയ്ക്ക് ഓണക്കാലത്ത് ഓണപ്പതിപ്പ് ഇറക്കുന്നു. ആയിരത്തിത്തൊള്ളായിരത്തി അമ്പത്തെട്ട് അമ്പത്തിയൊമ്പത് കാലത്താണെന്നാണ് ഓർമ്മ അതിലേക്ക് കഥകൾക്ക് ചിത്രം വരയ്ക്കണം. എല്ലാ ലേഖനങ്ങൾക്കും കവിതകൾക്കും തലക്കെട്ട് നല്ല ചിത്രപ്പണികളോടെ എഴുതിയുണ്ടാക്കി വയ്ക്കണം. ചിത്രങ്ങളും തലക്കെട്ടുകളും മാധവൻനായരെ ഏല്പിക്കാം. ചിത്രങ്ങൾ മൂപ്പരുടെ പ്രോസസ്സിംഗ് സ്റ്റുഡിയോയിൽ വെച്ച് പ്രോസസ്സ് ചെയ്ത് ബ്ലോക്കാക്കാം. ഹെഡ്‌ലൈൻ ലെറ്റേഴ്സ് മൂപ്പർ അതേപടി ലഡിൽ എൻഗ്രേവ് ചെയ്ത് തരും. അക്കാര്യത്തിൽ മാധവൻനായർ ബഹുമിടുക്കനാ."

ഓണപ്പതിപ്പിന്റെ ചുമതലയുണ്ടായിരുന്ന ചിത്രഭാനു നമ്പൂതിരിയാണ് ഇതെല്ലാം ഏർപ്പാടുചെയ്തത്. ചിത്രഭാനു സഖാവ് എന്നെ വിളിച്ച് തമാശരൂപേണ എന്നാൽ ഗൗരവമായി ഇത്രയും പറഞ്ഞു:

"ഈ പണിയൊക്കെ ഖാദർ വെറുതെ ചെയ്യണ്ടാ. ഹെഡ്‌ലൈൻ ലേഖനത്തിന് ഒരുറുപ്പികയും കവിതാ ഹെഡ്‌ലെറ്റേഴ്സിന് ഒന്നര ഉറുപ്പികയും വെച്ച് പ്രതിഫലം തരും. പത്തറുപത് ലേഖനവും കവിതയുമൊക്കെയുണ്ടാവും. ചിത്രങ്ങൾ കഥയ്ക്ക് മതി. അതിന് അതിന്റെ വലുപ്പവും പ്രകൃതവും നോക്കി അന്നേരം പ്രതിഫലം നിശ്ചയിച്ച് റൊക്കം തരും."

ചിത്രഭാനു നമ്പൂതിരിയുടെ വാക്ക് എനിക്ക് ആശ്വാസവും ആവേശവും തന്നു. നിത്യേന സീസൺ ടിക്കറ്റിന് പോയിവരുന്ന എനിക്ക് രാത്രി വീട്ടിലെത്തിയാലും പണിയായി. മദിരാശിക്കാലത്ത് എനിക്ക് കിട്ടിയ ചിത്രകലാഭ്യാസം ഉപയോഗപ്പെടുത്താൻ ഒരവസരവും കൂടിയാണല്ലോ. ഇവ്വിധം ലഭ്യമായ ദേശാഭിമാനിക്കാലത്തെ പ്രോത്സാഹനങ്ങളെപ്പറ്റിയാണ് കാന്റീൻ ശാപ്പാടിന് ശേഷം മുറിയിൽ വന്നിരുന്ന ഞാൻ പുതിയ സുഹൃത്തായ ഹംസയുമായി അന്ന് വിശദമായി സംസാരിച്ചത്. സംസാരത്തിനിടയിൽ വന്നുചേർന്ന ഗാലിപ്രൂഫുകൾ ഞാനും സുഹൃത്തുംകൂടിയാണ് നോക്കിക്കൊടുത്തതും.

ഹംസ പ്രപഞ്ചം വാരികയിലും ഇടയ്ക്കെല്ലാം ദേശാഭിമാനി പത്രത്തിലും എഴുതി. ആ ലേഖനങ്ങൾ ഏറെയും മറ്റു ഭാഷകളിൽനിന്നുമുള്ള തർജ്ജമകളായിരുന്നു. മൂലഗ്രന്ഥം നോക്കി വളരെ പെട്ടെന്നുതന്നെ തർജ്ജമ ചെയ്യാൻ മിടുക്കനായിരുന്നു ഹംസ. കൂട്ടത്തിൽ സ്വന്തമായ ലേഖനങ്ങളും എഴുതി. പത്രപ്രവർത്തനത്തിൽ നല്ല പിടിപാടുള്ള വ്യക്തിയാണ് പ്രപഞ്ചത്തിൽ വന്നുചേർന്നിരിക്കുന്നത് എന്നെനിക്ക് ബോധ്യമായി. എടുക്കപ്പേറെ ഇരുന്ന് പണിയെടുക്കുന്ന പത്രപ്രവർത്തകനായി തസ്‌വീർ

അറിയപ്പെട്ടു. ഈ അവസരത്തിൽതന്നെ കോഴിക്കോട്ടെ മൂന്നു തിയേറ്ററുകളിൽ വന്നുപോവുന്ന ചിത്രങ്ങളെപ്പറ്റി സൂക്ഷ്മമമായി വിശകലനം ചെയ്യുന്ന സിനിമാനിരൂപണങ്ങളും എഴുതി. "തസ്വീർ' എന്ന തൂലികാനാമത്തിലാണ് എഴുതിയത്. 'തസ്വീർ' എന്ന തൂലികാനാമം 'ക്ലച്ച്' പിടിച്ചു. ആ തൂലികാനാമത്തിൽ മറ്റു പ്രധാന വാരികകളിലും കക്ഷി എഴുതി.

പ്രപഞ്ചത്തിലെ ലേഖനങ്ങൾ ഒട്ടുമിക്കതും എഴുതുകയെന്ന ദൗത്യവും തസ്വീറിന്റെ ചുമതലയിലായി. എത്ര ഭാരം വേണമെങ്കിലും സ്വയം ഏറ്റെടുക്കാൻ സന്നദ്ധമാണ് എന്ന ഭാവത്തിലാണ് ആഫീസിൽ വന്നിരിക്കുക. അധികം വർത്തമാനത്തിനില്ല. വല്ലതും ചിലത് എപ്പോഴെങ്കിലും മിണ്ടിപ്പറയും. ആ പറയുന്നത് അപ്പടി ഫലിതവുമാവും. 'മുനകൂർത്തതരം' ഫലിതം പറയുവാനും തസ്വീർ വിരുത് കാണിച്ചു. താനൊന്നുമറിഞ്ഞില്ലേ എന്ന മട്ടിൽ തന്റെ കസേരയിൽ കൂനിക്കൂടിയിരുന്ന് ജോലിയിൽ മുഴുകുകയും ചെയ്യും.

ആഴ്ചയിൽ ഒരു ദിവസം തസ്വീറിനും ഓഫാണ്. ഹംസയെന്ന് പേര് ആഫീസിലും അച്ചടിലോകത്തും അപ്രസക്തമാവുകയും തസ്വീർ മുൻനിരയിലേക്ക് വരികയും ചെയ്ത കാലത്താണ് ആ ആഴ്ച തന്റെ ഓഫ് ആഘോഷിക്കാൻ തസ്വീർ നാട്ടിലേക്ക് പോകുന്നത്. ഭാര്യയും മക്കളുമുണ്ടോയെന്ന വിശദാംശങ്ങൾ എനിക്കറിയില്ലല്ലോ. മറ്റൊരു വിശദാംശവും തന്നെക്കുറിച്ച് അതുവരെയായിട്ടും മൂപ്പർ പറഞ്ഞിട്ടുമില്ല. അഥവാ ചോദിച്ചാൽതന്നെ ആ വക കാര്യങ്ങൾ വിശദമായി വിവരിക്കുന്ന മട്ടുകാരനുമല്ല. എല്ലാറ്റിനും മറുപടിയെന്ന മട്ടിൽ മുഖം കോട്ടിയൊന്നു ചിരിച്ചൊഴിയുന്ന പ്രകൃതക്കാരനുമാണ്. കുടുംബവും കൂടും വളപ്പട്ടണത്തിലുണ്ട് എന്നൊരു കുറി പറഞ്ഞിരുന്നു. അവിടേക്കാണ് ഓഫ് ദിവസം പോകാറുള്ളതെന്നും അറിഞ്ഞിട്ടുണ്ട്. വീട്ടിലേക്കാവശ്യമായ സാധനങ്ങളും വാങ്ങിയാണ് ആഴ്ചയാത്രകൾ...

പോയതിന്റെ അന്നോ തുടർന്നുള്ള ദിവസങ്ങളിലോ ആ വാർത്ത വന്നു. വളപട്ടണം പുഴയുടെ നീർച്ചുഴിയിൽ തസ്വീർ എന്ന തൂലികാനാമത്തിലെഴുതുന്ന എഴുത്തുകാരൻ വീണു മരിച്ചുവെന്ന വാർത്ത. കടത്ത് ബോട്ടിൽ കയറാൻ നേരം കാലിടറി പുഴയിൽ വീഴുന്നു. ആർക്കും രക്ഷപ്പെടുത്താനാകാത്ത വളപട്ടണം പുഴ... പുഴയുടെ നീർച്ചുഴിയിൽ... കടത്ത് വഞ്ചിയുടെ ജലവിതാനച്ചോട്ടിലെ പ്രൊപ്പല്ലർ ഫാനിന്റെ കറക്കം. മനുഷ്യനെ വിഴുങ്ങുന്ന നീർച്ചുഴികളുടെ അഗാധ ഗർത്തങ്ങൾ...

ആപത്തുകളുടെ വിശദാംശങ്ങൾ കേൾക്കാൻ അന്നും ഇന്നും എനിക്കാവില്ലായിരുന്നു. ദുരന്ത വാർത്തകളിൽ നിന്നൊഴിഞ്ഞു മാറുന്ന ഇവൻ ആ സുഹൃത്തിന്റെ ഓർമ്മകൾക്ക് പിന്നാലെ നടക്കുന്നു അന്നു ഇന്നും.

ഓർമ്മകളിൽ ദുരന്തങ്ങൾ ബാക്കിയാവുന്നത് പേറി നടക്കാനാവില്ലല്ലോ. ദേശാഭിമാനിക്കാലത്തെ ഓർമ്മകളിൽ ഹംസ, തസ്‌വീർ, പഴയ കൂട്ടുകാരൻ, സഹപ്രവർത്തകൻ, ആ നല്ല പത്രപ്രവർത്തകൻ... വളപ്പട്ടണം പുഴയുടെ വേലിയേറ്റയിറക്കങ്ങൾ. തസ്‌വീർ തന്റെ ചിത്രങ്ങൾ മറ്റൊന്നും ബാക്കിവയ്ക്കാതെ വളപട്ടണം പുഴയുടെ നീർക്കയത്തിൽ മുങ്ങാംകുഴിയിട്ട്... ഓർമ്മക്കയങ്ങളിൽ ശ്വാസംമുട്ടുന്നത് സംഗതമല്ലെന്നറിയാം. സുഹൃത്തേ, പുനരോർമ്മകൾക്ക് വിരാമമില്ലല്ലോ... മാപ്പ്.

■

ഭാഗം രണ്ട്

തിണ്ണത്തികവുകൾ

കോഴിക്കോട്ടെ കോലായത്തിണ്ണ

കകോ കവിയുടെ ദിനസരി

ഗുരു പറഞ്ഞതുപോലെ ഹൃദയം പ്രേമസുരഭിലവും ജീവിതം യൗവന തീക്ഷ്ണവുമായ കാലഘട്ടമായിരുന്നു എന്നെപ്പോലുള്ളവർക്ക് ആയിരത്തി ത്തൊള്ളായിരത്തി അമ്പതുകൾ.

സ്കൂൾ ഫൈനൽ കഴിഞ്ഞ് തുടർന്ന് എന്തിനിറങ്ങണമെന്നോ, എവിടെ പഠിക്കണമെന്നോ, എന്ത് ചെയ്യണമെന്നോ ഒരു 'തിക്കും തിക്കാന'വുമില്ലാത്ത ഊനം തിരിയാത്ത കാലം. സാധാരണ പതിവനു സരിച്ചാണെങ്കിൽ, എന്റെ കുടുംബത്തിന്റെ നടപ്പ് ചിട്ടപ്പടി ഒരുവക എഴുത്തും വായനയും പഠിച്ചില്ലേ ഇനി മതിയെന്നാക്കി ഏതെങ്കിലും കാരണവന്മാർ നടത്തുന്ന കച്ചവടപ്പീടികയിൽ ചെന്നിരിക്കാം. അവിടെ 'പെട്ടിക്കിരുന്ന്' എടപാട് നടത്തി പണമെണ്ണി വാങ്ങി 'കച്ചോടം പഠിക്കാം'. അതല്ലെങ്കിൽ വൈകുന്നേരം കൂലി എണ്ണിവാങ്ങിപ്പോകുന്ന പണിക്കാര നാവാം. പീടികയിലെ 'പറ്റുപടിക്കണക്കുകൾ' എഴുതിപ്പഠിക്കുന്ന ഒരു 'റൈറ്റർ' കുട്ടിയാവാം. 'ഉക്രാണിപ്പിരിവി'[1] ന്നിറങ്ങുന്ന പാണ്ടികശാല വിശ്വസ്തനാവാം. 'വൗസുള്ള ചെറുപ്പക്കാർക്ക്' എന്തെല്ലാം പണികൾ. അവരവരാൽ കഴിയുംപ്രകാരമൊക്കെ ചെയ്ത് കുടുംബത്തിൽ 'നാലു മുക്കാൽ' 'വരുമ്പടിയുണ്ടാക്കാം'.

ഈ വകയൊന്നിനും മെനക്കെടാതെ രാവിലെയുണർന്ന് കുളിച്ചു മാറ്റിയൊരുങ്ങി അടുക്കളയിൽ വിളമ്പുന്നത് വാരിക്കഴിച്ച് 'കത്തലടക്കി' ഇവൻ ഇറങ്ങിപ്പോകുന്നത് എങ്ങോട്ടാണെന്ന് തറവാട്ടിലാരും ചോദിക്കാ റില്ല. ചോദിക്കാനുള്ള ആൾ അങ്ങ് ബർമയിലാണ്. സമയമാവുമ്പോൾ മൂപ്പർ ചോദിച്ചുകൊള്ളും. അന്നേരം 'എവൻ തൊള്ളയിൽ തോന്നിയത് പറഞ്ഞ് മൂപ്പരെ അടക്കിക്കൊള്ളും' എന്നിപ്രകാരം തറവാട്ടിലുള്ളവർ കരുതിക്കാണും.

അക്കാലത്ത് ഹൈസ്കൂൾ വിദ്യാഭ്യാസം കഴിഞ്ഞാൽ സർക്കാർ വകുപ്പിൽ ജോലിക്ക് കയറാനാണ് എല്ലാവരും ഉത്സാഹിക്കുക. ചിലരൊക്കെ

1. അന്നന്നത്തെ പീടിക വില്പനയുടെ പിരിഞ്ഞുകിട്ടാനുള്ള സംഖ്യ ഈടാക്കാ നുള്ള പ്രവർത്തി.

പുറംപണിക്ക് പോവും. എന്നുപറഞ്ഞാൽ ചിലർ ബീഡിതെറുപ്പുകാരാവും. വേറെ ചിലർ വക്കീൽ ഗുമസ്തന്മാരെ സഹായിക്കുന്ന എഴുത്തുകാരായി ത്തീരും, മേലനങ്ങിപ്പണിയെടുക്കണമെന്നുള്ളവർ 'കണ്ടം കൊത്തുന്ന' പണിക്കും ചെല്ലും. പല്ലുമുറിയേ തിന്നണമെന്നുള്ളവർക്ക്, കുടുംബത്തി ലേക്ക് എന്തെങ്കിലും വരുമ്പടിക്ക് വകയുണ്ടാക്കണമല്ലോ.

ഇങ്ങനെയൊന്നും ചെയ്യാതെ തെക്ക് വടക്ക് നടന്ന് 'നേരം കളയുന്ന ഗണ'ത്തിൽ എന്നെയുൾപ്പെടുത്തിയിട്ടുണ്ടാവും.

അതിനാൽ എന്നെക്കണ്ടാലാരും ഒന്നും ചോദിക്കാറില്ല. എന്താണിനി പരിപാടിയെന്നോ, തുടർന്നെവിടെ പഠിക്കാനാണ് ശ്രമിക്കുന്നത് എന്നോ ഭാവിയിലാരായിത്തീരാനാണ് പദ്ധതിയെന്നോ ചോദിക്കാറില്ല. സ്കൂൾ ഫൈനൽ കഴിഞ്ഞതല്ലേ ഇനി അവനായി അവന്റെ പാടായി എന്ന് വേണ്ടപ്പെട്ടവരും വീട്ടുകാരും കരുതി എന്നെ ഒരു കണക്കിൽ 'നടതള്ളിയ കാലം'. ഒരു തെണ്ടി മജിസ്ട്രേട്ട്.

പഠിക്കുന്ന കാലത്ത് തന്നെ വീട്ടുകാരുടേയും വേണ്ടപ്പെട്ടവരുടേയും മനസ്സിൽ അസ്കൃതയുണ്ടാക്കിയ ഒരു കാര്യം ഞാൻ ചെയ്തിരുന്നു. എന്റെ ചില കഥകൾ അക്കാലത്ത് വാരികകളിൽ അച്ചടിച്ചു വന്നിരുന്നു. ആയിരത്തിത്തൊള്ളായിരത്തി അമ്പത്തിമൂന്നിലാണ് ആദ്യത്തെ കഥ അച്ചടിമഷിയിൽ പുരണ്ട് പ്രകാശം കണ്ടത്. സ്കൂൾ ഫൈനൽ ക്ലാസാ രംഭകാലത്ത്. അമ്പത്തിനാലാവുമ്പോഴേക്കും ഏതാനും കുറേ കഥകൾ വന്നു. ഹൈസ്കൂളിലെ ചിത്രകാരൻ എന്ന ഖ്യാതിക്ക് മീതെ കഥാകൃത്ത് എന്ന പ്രശസ്തിയും. അങ്ങനെയെല്ലാമായവന്റെ 'ഇനിയത്തെ പരിപാടി യെന്ത്' എന്ന ചോദ്യം മുഖത്ത് നോക്കി ആരും ഉന്നയിച്ചുമില്ല.

എട്ടേകാലിന്റെ ലോക്കൽ തീവണ്ടിക്കോ ഒമ്പതരയ്ക്ക് പന്തലായിനി യിലെത്തുന്ന മംഗലാപുരം മെയിൽ വണ്ടിക്കോ കോഴിക്കോട്ടേക്ക് നിത്യേനയെന്നോണം ചെല്ലുന്ന ഒരു യാത്രക്കാരനായി മാറി. കോഴിക്കോട്ട് തീവണ്ടിയിറങ്ങിയാൽ കീശയിൽ അത്യാവശ്യത്തിന് വട്ടച്ചെലവിന് കാശു കരുതിയിട്ടുള്ള ദിവസങ്ങളിലാണെങ്കിൽ തീവണ്ടിയാപ്പീസിന്റെ യരികിലെ റഹ്മാനിയാ ഹോട്ടലിൽക്കയറി ഒരു ചായകുടി. ചൂടുള്ള പൊറാട്ടയും ഇറച്ചിക്കറിയുമാണ് ഏറെ പത്ഥ്യം. അല്ലെങ്കിൽ 'സനദ് രുചിയാവി' പൊങ്ങുന്ന പഴംപൊരി.

ചെമ്പോട്ടി ബസാറിലൂടെ പതുക്കെ നടന്ന്, മിഠായിത്തെരുവിലൂടെ കാഴ്ചകൾ കണ്ടുനീങ്ങി, നീങ്ങിയങ്ങനെ ചെന്നെത്തുക ഹജൂരാപ്പീസിന്റെ പടിഞ്ഞാറ് ഭാഗത്തെ നിരത്തിന്റെ തൊട്ടപ്പുറത്തുള്ള ലോക്കൽ ലൈബ്രറി കെട്ടിടത്തിന്റെ ഉമ്മറപ്പൂമുഖത്തെ കൽപ്പടവുകളിലാണ്. പൂമുഖവും ഇരു പുറത്തും നീട്ടുവരാന്തയും വിശാലമായ അകത്തളവും ഉള്ള പഴയ കെട്ടിടം. അവിടെ നിന്നാൽ തൊട്ടുമുന്നിലായി ഏതോ കാലത്തെ ഏതൊക്കെയോ ഓർമ്മകൾ മനസ്സിൽ കിളർത്തുന്ന ഒരു പീരങ്കി സ്ഥാപിച്ചത് കാണാം. പീരങ്കിയുടെ ചരിതം ചികയാനൊന്നും മനസ്സ് കൂട്ടാക്കിയിരുന്നില്ല.

ചുറ്റിലും അരമതിൽ സുരക്ഷിതമാക്കിയ മാനാഞ്ചിറ മൈതാനം വെയിലേറ്റ് മലർന്ന് കിടക്കുന്നു. ലോക്കൽ ലൈബ്രറി കെട്ടിടത്തിന്റെ പടിഞ്ഞാറ് വശം നിരങ്ങനെ ഓട് പാകി കണ്ണാടി വാതിലുകൾ ചരിച്ചു ഘടിപ്പിച്ച് നിൽക്കുന്ന കെട്ടിടങ്ങളുടെ നിര. കോമൺവെൽത്ത് കമ്പനിക്കാരുടെ യന്ത്രത്തറികൾ പ്രവർത്തിക്കുന്നതിന്റെ മർമ്മരങ്ങൾ ലൈബ്രറിയുടെ അകത്തിരിക്കുന്നവർക്ക് ഒട്ടും അലോസരമുണ്ടാക്കുന്നതേയില്ല.

ലൈബ്രറിക്കെട്ടിടത്തോടനുബന്ധമായി പുരാവസ്തു വകുപ്പിന്റെ ഒരു മാളികയും ഉണ്ട്. അങ്ങോട്ടുള്ള വഴി, ലൈബ്രറി പൂമുഖത്തിന്റെ ഇടതു ഭാഗത്തെ ഗോവണിപ്പടികൾ കയറിച്ചെല്ലണം. കയറിവരുന്നവർക്ക് പഴയ കാലത്തിന്റെ വീരേതിഹാസ ചിത്രങ്ങളുടെ ദൃശ്യങ്ങൾ കാണാം. പരിചയപ്പെടാം. മ്യൂസിയത്തിൽ വിലകൂടിയ ചിത്രങ്ങൾ. ചരിത്രത്തിന്റെ മൺപൊടികൾ അനുദിനം തുടച്ചു വെടിപ്പാക്കി ക്ലാവേശാതെ മിനുക്കി കാലത്തിന് മുന്നിൽ കാഴ്ചപ്പണ്ടങ്ങളായി സൂക്ഷിക്കുന്നവരുടെ സുരക്ഷിത താവളം.

ലോക്കൽ ലൈബ്രറിയുടെ അകത്ത് കയറിയിരുന്നാൽ എനിക്ക് നേരം പോകുന്നതറിയുകയില്ല. ഓരോ ആഴ്ചയിലും ഇറങ്ങുന്ന മലയാളത്തിലെ സമസ്ത പത്രവാരികാദികൾ മേശപ്പുറത്തുണ്ടാവും. ലൈബ്രറിയുടെ പടിഞ്ഞാറ് ഭാഗത്താണ് ലൈബ്രേറിയന്മാരുടെ താവളം. അവിടെ ചെന്ന് ആവശ്യമുള്ള പുസ്തകങ്ങൾ വാങ്ങാം. വായിക്കാം. ഞാൻ അങ്ങോട്ട് ചെല്ലുന്നത് അതാതവസരങ്ങളിൽ വന്നെത്തുന്ന മാസികകൾ വാങ്ങി മറിച്ചു നോക്കാനാണ്. കൂട്ടത്തിൽ മദിരാശി സർക്കാർവക ഗസറ്റ് വിജ്ഞാപനത്തിന്റെ പുതിയ ലക്കം കാണാം. സർക്കാർ തസ്തികകളുടെ വിശദവിവരം നോക്കി കുറിപ്പെടുക്കാൻ വന്നെത്തുന്നവർക്കൊപ്പം ഞാനും പങ്കാളിയാവുന്നു. എനിക്കെവിടെയെങ്കിലും വല്ല 'വേക്കൻസിയും' ഉണ്ടോയെന്ന കൗതുകം കലശലായി പെരുകിയത് ഈ ഗസറ്റ് നോക്കൽ പ്രക്രിയയിലൂടെയാണ്.

എന്റെ പ്രധാന നോട്ടം ബോംബെയിൽ നിന്നും ബാവുറാവു പട്ടേൽ പത്രാധിപരായും ചോദ്യോത്തര പംക്തി കൈകാര്യം ചെയ്യുന്ന പ്രധാനിയുമായ 'ഫിലിം ഇന്ത്യാ' മാഗസിന്റെ പുതിയ ലക്കം കാണാമല്ലോയെന്നതാണ്. പിൽക്കാലത്ത് 'മദർ ഇന്ത്യാ' എന്ന പേരിലാണ് പ്രസിദ്ധീകരണം തുടർന്നത്. ഹിന്ദി, ഇംഗ്ലീഷ് സിനിമാവിശേഷങ്ങൾ ചൂടോടെ വർണ്ണപ്പകിട്ടു തികഞ്ഞ ചിത്രങ്ങളോടെ അക്കാലത്ത് പ്രസിദ്ധം ചെയ്തത് ഈ പ്രസിദ്ധീകരണത്തിലായിരുന്നു. എന്നെപ്പോലുള്ളവരെ ആകർഷിച്ചത് ബാവു റാവു പട്ടേൽ ഉരുളയ്ക്ക് ഉപ്പേരി കണക്ക് എഴുതി വരുന്ന ചോദ്യോത്തര പംക്തിയാണ്. രാജ്യത്തിന്റെ പല ഭാഗങ്ങളിൽ നിന്ന് ഓരോരുത്തർ എഴുതി അയയ്ക്കുന്ന ചോദ്യങ്ങൾ, പട്ടേൽ അവർകളുടെ കുറിക്കുകൊള്ളും മറുപടികൾ. മലയാളം സിനിമാവിശേഷങ്ങൾ അക്കാലത്തുണ്ടായിരുന്നില്ല. എന്റെയൊക്കെ 'എഴുത്ത് കമ്പം' മൊട്ടിട്ടതും പുഷ്പിച്ചതും മലയാളം സിനിമാ പ്രസിദ്ധീകരണങ്ങളായ ദീപ്തി, ചിത്രം,

സിനിമാ മാസിക തുടങ്ങിയ മലയാളം സിനിമാ പ്രസിദ്ധീകരണങ്ങളും അവയിൽ ചക്രധാരിയെന്ന തൂലികാനാമത്തിൽ എഴുതുന്ന ചോദ്യങ്ങൾക്കുള്ള ചൂടൻ മറുപടികളുമായിരുന്നല്ലോ. 'ഗുജറാത്തി വംശജനായിരുന്ന മട്ടാഞ്ചേരിവാസിയായ ഇദ്ദേഹം ഈ അടുത്താണ് ദിവംഗതനായത്. ദ്വാരകദാസ് എന്നോ മറ്റോ ആയിരുന്നു ഇദ്ദേഹത്തിന്റെ പേര്. അച്ചടിച്ച പേര് എന്റെതായി വന്നു കാണാൻ എന്നെ സഹായിച്ചത് ചക്രധാരായെന്ന തൂലികാനാമധാരിയുടെ ഒത്താശയാണ്. അത് എന്റെ മട്ടാഞ്ചേരി, കപ്പലണ്ടി മുക്ക്, കൊച്ചി കഥകൾ...

ലൈബ്രറി സന്ദർശനം ഒരു നിത്യപതിവായി തുടരുന്ന കാലത്താണ് കോഴിക്കോട്ടെ ചിലരുമായി ഞാനടുക്കുന്നതും കോഴിക്കോട്ടെ സാഹിത്യകാരന്മാരുടെ നിത്യസാന്നിദ്ധ്യ പരിപാടികളുടെ വിശദ വിവരങ്ങൾ അറിയുന്നതും. അല്ലറ ചില്ലറ കഥകൾ മലയാളത്തിൽ പ്രസിദ്ധപ്പെടുത്തി വരുന്ന അവസരം. ചന്ദ്രിക ആഴ്ചപ്പതിപ്പിലും കോഴിക്കോട്ടുനിന്നും പ്രസിദ്ധീകരിച്ചിരുന്ന 'മനോരമ' എന്ന മാസികയിലും കണ്ണൂരിലെ 'ദേശമിത്രം' വാരികയിലും ഇടയ്ക്ക് എന്റെ പേരച്ചടിച്ചു വരുന്നു. ഒരു പ്രത്യേക സൗഭാഗ്യം അന്ന് എനിക്കുണ്ടായി. സൗഭാഗ്യം എന്നു തന്നെയാണ് ഞാനതിനെ ഇന്നും കരുതുന്നത്. സംഭവിച്ചത് ഇപ്രകാരമാണ്. വായനശാലയിലെ എന്റെ പതിവ് വായനയും നോക്കലും കാണലുമൊക്കെ കഴിഞ്ഞ് മുൻഭാഗത്തെ പൂമുഖപ്പടിയിറങ്ങാൻ നേരത്ത് ഒരാൾ എന്നെ സമീപിക്കുന്നു.

'ഖാദർ സാഹിബല്ലേ–'

അല്പം താടി കിളിർത്തു പൊടിച്ചുവരുന്ന സുമുഖനായ ഒരു ചെറുപ്പക്കാരൻ. എനിക്ക് ആളെ മനസ്സിലായില്ല. എന്നാൽ, എന്റെ മുഖത്ത് നോക്കി എന്റെ ചുമലിൽ കൈവച്ച് 'ഖാദർ സാഹിബല്ലേ' എന്നാദ്യമായി ഒരാൾ പരിചിത ഭാവത്തിൽ ചോദിക്കുന്നു. "മിസ്റ്റർ യു.ഏ ഖാദർ കൊയിലാണ്ടിയെന്ന സാഹിത്യകാരനല്ലേ–? എനിക്കറിയാം."

ജീവിതത്തിൽ ആദ്യമായിക്കിട്ടുന്ന ഒരു ബഹുമതി. സാഹിത്യകാരൻ എന്ന പേർ വിളി...! ലൈബ്രറി പൂമുഖത്തിന്റെ താഴത്തെപ്പടിയിൽ നിൽക്കേ ആ സുമുഖൻ ചെറുപ്പക്കാരൻ പറയുന്നത് മനസ്സിൽ വല്ലാത്ത ഒരുതരം ആത്മാഭിമാനത്തിന്റെ വീർപ്പുമുട്ടൽ എന്നിൽ സൃഷ്ടിച്ചു. അയാൾ തന്നെ പിന്നേയും പറയുന്നു:

"വന്ന കഥകളൊക്കെ വായിച്ചിട്ടുണ്ട്. ബി.വി.കെ. നെടുങ്ങാടിയുടെ ദേശമിത്രത്തിൽ വന്ന ആ കഥയും കോഴിക്കോട്ടെ മനോരമയിൽ വന്ന കഥയും എല്ലാം കണ്ടു – ഖാദർ സാഹിബിനെപ്പറ്റി ചന്ദ്രികയിലെ പി.എയും ചേക്കുട്ടിക്കോയയും എല്ലാം പറഞ്ഞു."

ആരടാ ഈ വമ്പൻ എന്ന അങ്കലാപ്പോടെ പടികളിറങ്ങവെ അയാൾ സ്വയം പരിചയപ്പെടുത്തുന്നു: "ഞാൻ കകോ കവി–"

കകോ കവിയോ! എനിക്കൊന്നും പിടികിട്ടിയില്ല. താഴത്തെ പടിയുമിറങ്ങി മുന്നോട്ടു നീങ്ങാൻ ഭാവിച്ച എന്നോട് പറയുന്നു: "കകോ കവി എന്നു പറഞ്ഞാൽ കച്ചുവീട്ടിൽ കമ്മട്ടിക്കോയ..."

കച്ചുവീട്ടിൽ കമ്മട്ടിക്കോയ കകോ കവിയായതിന്റെ പൊരുൾ അയാൾ പറഞ്ഞു. കമ്മട്ടിക്കോയ കകോ എന്ന് ചുരുക്കി. കച്ചുവീട് കവിയുമായി. കൂട്ടത്തിൽ ചോദിച്ചു. "ഖാദർ സാഹിബ് റെയിൽവേ സ്റ്റേഷനിലേക്കാണ് ല്ലേ... ഞാനും കൂടെ വരാം. എഴുത്തുകാരന്റെ കൂടെ സഞ്ചരിക്കുന്ന സുഖം വേറെയാ. ഞാൻ പി.എയോടൊപ്പം നടക്കാറുണ്ട്. എന്തിന് എൻ.വിയും. എന്നു പറഞ്ഞാൽ എൻ.വി കൃഷ്ണവാരിയർ. എല്ലാവരേയും എനിക്കറിയാം." ചെറുപ്പക്കാരൻ തുറന്ന് ചിരിക്കുന്നു. കൂട്ടത്തിൽ വർത്തമാനം നിർത്താതെ തുടരുന്നു. "കോഴിക്കോട്ട് ലൈബ്രറിയിലേക്ക് ഖാദർ സാഹിബ് വരുന്നതും പോകുന്നതുമെല്ലാം ഞാൻ ശ്രദ്ധിച്ചിട്ടുണ്ട്. ലൈബ്രറിയിലെ ഗസറ്റ് നോക്കലും മാസിക നോക്കലും എല്ലാം. കൗമുദി വീക്കിലി നോക്കുന്നതും കണ്ടു. ഖാദർ സാഹിബ് കൗമുദിയിലും എഴുതണം. മാതൃഭൂമി ആഴ്ചപ്പതിപ്പിലും എഴുതണം.

ഞങ്ങൾ അന്ന് വൈകുന്നേരം ലക്കി ഹോട്ടലിൽ കയറി ചായ കുടിച്ചു. ജീവിതത്തിലാദ്യമായി മറ്റൊരാൾക്കു വേണ്ടി ചായക്കാശ് കൊടുക്കുന്നത് വൃഥാവിലല്ലായെന്ന പാഠം. റെയിൽവേ സ്റ്റേഷനിലെത്തിയപ്പോൾ യാത്ര പറയാൻ നേരത്ത് കകോ കവി ചോദിക്കുന്നു: "വരുന്ന ശനിയാഴ്ച ഖാദർ സാഹിബ് വരില്ലേ? വന്നാൽ രാത്രി കോഴിക്കോട്ട് തങ്ങാൻ തക്കോണം വരണം. അന്ന് ടൗൺഹാളിൽ ജോസഫ് മുണ്ടശ്ശേരിയുടെ പ്രസംഗമുണ്ട്. അതിനടുത്ത ദിവസം ഞായറാഴ്ച ടൗൺ ഹാളിൽ തന്നെ കുട്ടികൃഷ്ണമാരാരുടെ പ്രസംഗമുണ്ട്. എൻ.പി ദാമോദരനും സി.എച്ച് കുഞ്ഞപ്പയും മാധവനാരും പങ്കെടുക്കും. തൊട്ടടുത്ത ദിവസം മുതൽ നിത്യേന എൻ.വി കൃഷ്ണവാരിയർ, കുറ്റിപ്പുഴ കൃഷ്ണപിള്ള അങ്ങനെ ഒരുപാടുപേർ പങ്കെടുക്കുന്ന ചർച്ചായോഗങ്ങൾ. ചൈതന്യം ഗോപാലനും കെ.എ. നാരായണനും സംഘടിപ്പിക്കുന്ന സിംപോസിയം... അങ്ങനെ."

കകോ കവി തുടർന്നുകൊണ്ടിരുന്നു. "ഖാദർ സാഹിബ് ഏതായാലും കോഴിക്കോട്ടു നിത്യേന വരുന്നതല്ലേ? എല്ലാ പരിപാടികളിലും പങ്കെടുക്കണം. എവിടെ എവിടെ ചർച്ചായോഗങ്ങളുണ്ടെന്ന് ഞാനറിയും. ഞാനത് പറഞ്ഞുതരാം. തങ്ങാൻ പറ്റുന്ന ദിവസമൊക്കെ ഇവിടെ തങ്ങാം. ഇവരുടെ ചർച്ചായോഗങ്ങളിൽ എല്ലാവരേയും നേരിട്ടു കാണാം. പ്രസംഗം കേൾക്കാം.''

റെയിൽവേ സ്റ്റേഷനിൽ എന്നെ കൊണ്ടുവന്നെത്തിച്ചിട്ടേ ആ സുഹൃത്ത് യാത്ര പറഞ്ഞ് പിരിഞ്ഞുള്ളൂ. വെളുത്ത മുഴുകയ്യൻ ഷർട്ടും വെൺമയാർന്ന മുണ്ടും കക്ഷത്തിൽ ഇറുകിപ്പിടിച്ച പത്രവാരികാദികളുടെ ചുരുളും ഒരു കുടയും. വർത്തമാനം പറയുന്നേരത്തെ തെളിവൂറുന്ന മുഖ

മന്ദഹാസവും തീവണ്ടിയിലിരിക്കേ എന്റെ മനസ്സിൽ തെളിഞ്ഞുതന്നെ നിൽക്കുന്നു. എന്റെ കഥകൾ വായിച്ചാസ്വദിച്ച് കഥാകൃത്തിനെ നേരിട്ടു വന്നുകണ്ട് അഭിനന്ദിച്ച നഗരവാരിധിയിലെ ഒരു തിരച്ചുരുൾ.

അങ്ങനെ കോഴിക്കോട്ടുള്ള വരവിലോ കോഴിക്കോട്ടെ കാഴ്ചകൾ ആസ്വദിച്ച് തിരിച്ചു പോകുമ്പോഴോ ഞാൻ മറ്റൊരു സുഹൃത്തിനെ പരിചയപ്പെട്ടു. തീവണ്ടിയുടെ കൽക്കരിപ്പുക ശരീരത്തിലൊട്ടിനിൽക്കുന്നത് തട്ടിക്കുടഞ്ഞ് എന്നെ സമീപിച്ച ആൾ സ്വയം പരിചയപ്പെടുത്തി: “ഞാൻ കൃഷ്ണൻ നായർ. കബീർദാസ് എന്ന പേരിൽ എഴുതാറുണ്ട്. ആകാശവാണി കോഴിക്കോട് നിലയത്തിൽ ജോലിക്കാരനാണ്.”

അല്പം മുടന്തുള്ള ആ ചങ്ങാതിയെ എന്റെയരികെയിരുത്തി. അയാൾ പറയുന്നു: “ഞാൻ ഖാദർ സാഹിബിന്റെ കഥകൾ വായിച്ചിട്ടുണ്ട്. ആകാശവാണിയിൽ ഒരു കഥ അയച്ചു തന്നുകൂടെ?”

ഇതെന്തതിശയം! ആകാശവാണിയിലേക്കോ? ഞാനോ! എന്റെ അദ്ഭുതം നോക്കി അയാൾ പറയുന്നു: “ഒരു കഥ അയയ്ക്കണം. ആകാശവാണി ഡയറക്ടർക്ക്. ഞാൻ കുട്ടിസാഹിബിനോട് പ്രത്യേകം പറയാം.”

എനിക്ക് കബീർദാസിനെ മുഴുവനും കാണാനായില്ല... കണ്ണു രണ്ടും നിറഞ്ഞു.

സാക്ഷാൽ കബീർദാസാണോ മുന്നിൽ! ആകാശവാണിയുടെ കോഴിക്കോട് നിലയത്തിലും ആദ്യമായി എന്റെ കഥ പ്രക്ഷേപണം ചെയ്യാൻ മാർഗ്ഗം തെളിഞ്ഞിരിക്കുന്നു. റേഡിയോ ഫെയിം ആവുന്ന സുദിനം വരുന്നു. തീവണ്ടിമുറിയിൽ ചാരിയിരിക്കുന്ന കബീർദാസിന്റെ കൈത്തണ്ടയിൽ പതുക്കെയൊന്നു നുള്ളി. എന്തിനാണെന്നറിയാതെ ചെയ്തതുപോയ ഒരു കൈത്തെറ്റായിരുന്നില്ല അത്.

കബീർദാസ് കൃഷ്ണൻനായർ

ആ യാത്രയിൽ കബീർദാസ് യാത്ര പറഞ്ഞിറങ്ങിപ്പോയത് കോഴിക്കോട് പ്ലാറ്റ്ഫോമിൽ നിന്നാണോ അതല്ല പന്തലായിനി തീവണ്ടിയാപ്പീസിൽ ഞാനിറങ്ങി യാത്ര ചോദിച്ചു പിരിഞ്ഞതാണോ എന്നെനിക്ക് ഓർമ്മയില്ല. പലതും പറയുന്ന കൂട്ടത്തിൽ കണ്ണൂരിൽ നിന്നും ഇറങ്ങുന്ന ദേശമിത്രം വാരികയിൽ ഇടയ്ക്കിടെ എഴുതാറുണ്ട് എന്നു പറഞ്ഞിരുന്നു. ആഴ്ചയിലൊരിക്കൽ നാട്ടിലേക്കുള്ള തിരിച്ചു പോക്കാണെന്നും പറഞ്ഞിട്ടുണ്ട്.

ആകാശവാണിയിലെ സ്റ്റാഫംഗങ്ങൾ മിക്കവരും കോഴിക്കോട്ടാണ് സ്ഥിരതാമസമെന്നും തിക്കോടിയനും കക്കാടും അക്കിത്തവും നാട്ടുമ്പുറം പരിപാടിയിൽ മുസ്ലീം കാക്കയായഭിനയിക്കുന്ന ബാലകൃഷ്ണമേനോനും മായാ നാരായണനും പി.സി. കുട്ടികൃഷ്ണനും എല്ലാം

കോഴിക്കോട്ടെ സ്ഥിരതാമസക്കാരനാണെന്നുമുള്ള ചരിതങ്ങൾ വിവരിച്ചു പറഞ്ഞിട്ടുമുണ്ട്. ഞാനിറങ്ങുന്ന നേരത്തും കബീർദാസ്–കൃഷ്ണൻ നായർ പ്രത്യേകം ഓർമിപ്പിച്ചു. “ഒരു കഥ ഡയറക്ടർ പേർക്ക് അയയ്ക്കാൻ മടിക്കണ്ട. കുട്ടി സാഹിബിനോട് ഞാൻ പറയുന്നുണ്ട് – നല്ല ചെകിട്ടൻ കഥ. മറക്കല്ലേ–” ആരാണ് കുട്ടി സാഹിബ് എന്ന് എനിക്കറിയില്ല. പിൽക്കാലത്ത് ഉറൂബ് എന്ന പേരിലെഴുതിയ പി.സി കുട്ടികൃഷ്ണൻ ആകാശവാണിയിലാണ് ജോലി ചെയ്യുന്നതെന്ന് കേട്ടിട്ടുണ്ട്. തീവണ്ടിയിറങ്ങി സ്റ്റേഷന് പുറത്തെ നിരത്തിലൂടെ പടിഞ്ഞാറോട്ടേക്കു നടന്നു.

വിശാലമായ ഹൈസ്കൂൾ മൈതാനം മുറിച്ചുകടന്നു ബജാറിലൂടെ അന്തിയിരുട്ടുംമുമ്പ് വീട്ടിലെത്തി. അത്രയും നേരത്തെ വീടണയുന്ന പതിവ് ഹൈസ്കൂൾ വിട്ടതിനു ശേഷം ഉണ്ടാകാത്തതാണ്.

അന്തിക്കുരു കുരുപ്പ് നേരത്ത് വകയല്ലാതെ മുറിയിൽ കയറി വാതിലടച്ച് വിളക്കും കത്തിച്ച് വച്ച് ‘ശുജായി’ എന്താണാവോ കുത്തിക്കുറിക്കുന്നത് എന്നാരും ചോദിച്ചുമില്ല. കോലായയിൽ വിളക്ക് കത്തിക്കാൻ വന്ന പാത്തു എന്ന പണിക്കാരത്തി, റാന്തൽ വിളക്കിന്റെ കുഴൽ തുടച്ചു വൃത്തിയാക്കി വെളിച്ചം തെളിയിക്കുന്നതിനിടയിൽ ചോദിച്ചു: “മയിസ്രേട്ട് എന്താ വിധി എഴുത്വാണോ?”

മലയാളത്തിൽ പ്രത്യക്ഷപ്പെടുന്ന ചെറുകഥകളേക്കുറിച്ചോ യോഗ്യന്മാർ എഴുതിവരുന്ന നോവലുകളെക്കുറിച്ചോ കവിതകളെക്കുറിച്ചോ പെണ്ണിനെന്തറിയാം? ചെങ്ങോട്ടുകാവിൽ നിന്നും വീട്ടുപണിക്ക് എത്തുന്ന ഏട്ടത്തിയോടൊപ്പം പുറംപണിക്ക്, വിളിച്ചാലും പറഞ്ഞാലും കേൾക്കാനും എന്തെങ്കിലും ചെയ്യിക്കാനും വിളിച്ചുകൂട്ടിക്കൊണ്ടുവന്ന പെണ്ണിന് ഏറിയാലറിയുക, കുഞ്ഞോായി എന്ന മൂരിക്കാരൻ കന്നാലിക്ക് തേക്കിയരച്ച് തിന്നാൻ പാകത്തിൽ വൈക്കോലും പയറ് പുഴുക്കും കൂട്ടിപ്പിരിച്ച് അതാതുങ്ങളുടെ തൊള്ളയിലേക്ക് തിരുകിക്കൊടുക്കുന്ന സൂത്രമാവും. അതും കഥ കുറഞ്ഞവൾക്ക് ഒട്ടും നിശ്ചയമില്ലായെന്ന് മൂരിക്കാരൻ ചോയി ഇടയ്ക്കിടയ്ക്ക് ആവലാതി പറയാറുണ്ട്. അപ്പോഴൊക്കെ മനസ്സുകൊണ്ട് ഞാൻ പെണ്ണിന്റെ ഭാഗത്തായിരുന്നു. അങ്ങനെയുള്ളവളുടെ ചോദ്യവും ലാന്തർ തെളിയിക്കുന്ന നേരത്തേ ആ നോട്ടവും ഒട്ടും രസിച്ചില്ലായെങ്കിലും ഞാനതിനെക്കുറിച്ച് ഏറെ കീർത്തിക്കാനൊന്നും നിന്നില്ല. എന്റെ മനസ്സാകെ ഒരു മാപ്പിളപ്പെണ്ണിന്റെ കഥയായിരുന്നു. വിവാഹപ്രായമെത്തിയ പെണ്ണിന്റെ ഉപ്പയും ഉമ്മയും അനുഭവിക്കുന്ന മാനസിക പ്രശ്നങ്ങൾ. ചൂടോടെ – അത് എഴുതിത്തീർത്തു. അന്നു രാത്രി തന്നെ കഥയ്ക്ക് ഒരു പേരും ചാർത്തി – “മുള്ളുവേലിയിലെ ഈറൻ മുണ്ട്.”

നേരം പുലർന്ന് പതിവു പരിപാടികൾ മുഴുമിച്ച് പുറത്തേക്കിറങ്ങിയ ഉടനെ ആ കഥ ഞാൻ ആകാശവാണി ഡയറക്ടർക്ക് പോസ്റ്റ് ചെയ്തു. കൂട്ടത്തിൽ കൃഷ്ണൻനായർ പേർക്ക് സാഹിത്യകാരൻ കബീർ ദാസിന് കത്തയയ്ക്കുകയും ചെയ്തു.

എനിക്കൊരു മനസ്സമാധാനവും ഉണ്ടായില്ല. കോഴിക്കോട്ടേക്ക് നിത്യേന യെന്നോണം വരികയും പത്രമാസിക പരതുകയും ചെയ്തു. ലൈബ്രറി യിൽ കകോ കവി നിത്യേനയെന്നോണം വരാറുണ്ട്. സാഹിത്യത്തിലെ ഒരുപാട് കാര്യങ്ങൾ മൂപ്പർ വാതോരാതെ ഒച്ചയുണ്ടാക്കാതെ പറയും. ഞാനത് കേൾക്കും. മൂപ്പർ പറഞ്ഞതു പോലെ ആ വാരാന്തത്തിൽ, ശനിയാഴ്ച ജോസഫ് മുണ്ടശ്ശേരി പ്രസംഗിക്കുന്നതും കേട്ടു. ടൗൺ ഹാളിൽ ഞാൻ അന്തം വിട്ടു നോക്കിയിരുന്നു. കയ്യും കലാശവും കാണിച്ച് മുണ്ടശ്ശേരിയവർകൾ പ്രസംഗിക്കുമ്പോൾ കണ്ടിരിക്കാൻ മാത്രമല്ല കേൾ ക്കാനും ബഹുചേലാണ്. സാഹിത്യത്തിലെ രൂപഭദ്രതയെക്കുറിച്ചാണ് പോലും ചിലമ്പിച്ച ശബ്ദത്തിൽ, ആധികാരികമായി പ്രഖ്യാപിക്കുന്നത്. സ്ഥാപിച്ചുറപ്പിക്കത്തക്ക വിധത്തിലാണ് അദ്ദേഹത്തിന്റെ ഓരോ വാക്കും. കേട്ടമ്പരന്നിരിക്കയായിരുന്ന എനിക്ക് കാര്യത്തിന്റെ കുറ്റിയും കൊളുത്തും എവിടെയാണെന്ന് തിരിഞ്ഞില്ല. കേട്ടു കേട്ടിരിക്കുന്നതിനിടയിൽ നേരംപോകുന്നതറിയില്ല. ടൗൺഹാളിൽ നിന്ന് പതുക്കെ ഞാനിറങ്ങി കടപ്പുറത്തേക്കു നടന്നു.

ആകാശവാണിയുടെ കോഴിക്കോട് നിലയം എവിടെയാണെന്ന് എനിക്കറിയാം. രണ്ടു കൊല്ലം മുമ്പ് ഹൈസ്കൂൾ ക്ലാസിലെ വിദ്യാർ ത്ഥികൾ ഒന്നിച്ച് റേഡിയോ നിലയം കാണാൻ ചെന്നിട്ടുണ്ട്. ആ കെട്ടി ടവും അതിനകത്തെ മുറികളും പ്രക്ഷേപണ സമ്പ്രദായങ്ങളുമെല്ലാം ചുറ്റി ക്കറങ്ങി നടന്നു കണ്ടിട്ടുണ്ട്.

റേഡിയോ സ്റ്റേഷനിൽ ചെന്നപ്പോൾ വരാന്തയിലിരിക്കുന്ന വ്യക്തി യോട് കൃഷ്ണൻനായരെക്കുറിച്ച് ചോദിച്ചു. കബീർദാസ് എന്ന പേരി ലെഴുതുന്ന ആൾ എന്നു കേട്ടപ്പോൾ ഒരു ചെറുചിരിയോടെ അക ത്തേക്കു പോയി. അല്പം കഴിഞ്ഞപ്പോൾ കാണേണ്ട ആൾ മുടന്തി മുടന്തി വിസിറ്റേഴ്സ് റൂമിലെത്തി. ഞാൻ വന്ന കാര്യം പറഞ്ഞു. ഒരു നിമിഷം ഞാൻ പറയുന്നതെല്ലാം ശ്രദ്ധയോടെ കേട്ടു തലകുലുക്കി അദ്ദേഹം അകത്തേക്കു പോയി. ഏതാനും നിമിഷങ്ങൾക്ക് ശേഷം എന്റെ മുമ്പിൽ നീണ്ട് നെടുതായ ഒരാൾ പ്രത്യക്ഷപ്പെട്ടു. പിന്നിലകമ്പടിയായി വന്ന കൃഷ്ണൻനായർ ഭവ്യതയോടെ പറയുന്നു: "ഇദ്ദേഹമാണ് കുട്ടി സാഹിബ്. ഇത് കഥാകൃത്ത് യു.ഏ. ഖാദർ..."

രണ്ടു പേരെയും വിസിറ്റേഴ്സ് മുറിയിൽ തനിച്ചാക്കിയിട്ട് കൃഷ്ണൻ നായർ പെട്ടെന്ന് ഉൾവലിഞ്ഞു.

"ഖാദർ കഥയെഴുതാറുണ്ടല്ലേ. കഥ കിട്ടി. നോക്കിയിട്ടില്ല. ഒരാഴ്ച കഴിയുന്ന മുറയ്ക്ക് വിവരം ലഭിക്കും. ചന്ദ്രികയിലും മറ്റും എഴുതിയ കഥകൾ ഞാൻ ശ്രദ്ധിച്ചു. ഉം..." അത്ര തന്നെ. ഏറെ വർത്തമാനമില്ല. പതിഞ്ഞ ശബ്ദം. കനത്ത മൂളക്കം. തറവാടിത്തം തോന്നിപ്പിക്കുന്ന തര ത്തിലുള്ള പെരുമാറ്റം. വിനയത്തിന്റെ ആൾരൂപം.

കുട്ടി സാഹിബിനെ നേരിട്ടുകണ്ടശേഷം മൂപ്പരുടെ പതിഞ്ഞ മട്ടിലുള്ള വർത്തമാനങ്ങൾ, അദ്ദേഹത്തിന്റെ മുഴുകയ്യൻ കുപ്പായവും പാന്റും ആകപ്പാടെ ആ പ്രകൃതം മുച്ചൂടും മനസ്സിൽ നിരൂപിക്കാനാവാത്ത ഒരു ആത്മവിശ്വാസം പകർന്നു. ആകാശവാണിയുടെ കോഴിക്കോട് നിലയത്തിലൂടെ എന്റെ കഥയും ശബ്ദവും ലോകത്താകെ മാറ്റൊലി കൊള്ളും എന്ന ബോധം. ആ ദിവസവും കാത്ത് ഞാനിരുന്നു.

അന്ന് പ്രതീക്ഷിച്ചപോലെ ആകാശവാണിയിൽ നിന്നും കത്തു വന്നു. ലക്കോട്ടിന് നല്ല കനമുണ്ടായിരുന്നു. ഞാനയച്ച കഥയാണാവോ എന്ന അങ്കലാപ്പോടെ കവർ പൊളിച്ചപ്പോൾ കഥ സ്വീകാര്യമെന്ന അറിയിപ്പ്. അതിനോട് ബന്ധപ്പെട്ട കോൺട്രാക്ട് ഫോറങ്ങൾ. സത്യവാങ്മൂലത്തിന്റെ കോപ്പി ഒപ്പിട്ടയയ്ക്കണം. കഥ പ്രക്ഷേപണം ചെയ്യുന്ന തീയതിയും അറിയിച്ചിട്ടുണ്ട്. ആയിരത്തിത്തൊള്ളായിരത്തി അമ്പത്തിനാലിലോ അമ്പത്തിയഞ്ചിലോ (കൊല്ലം കൃത്യമായോർക്കുന്നില്ല) ആണ് പ്രക്ഷേപണം.

മാർച്ച് മാസത്തിലാണ്. രാത്രി ഒമ്പതേ പതിനഞ്ചിനും ഒമ്പതരയ്ക്കുമിടയിൽ. പതിനഞ്ചു മിനുട്ട് സമയം. കഥയുടെ പ്രതിഫലം നിശ്ചയിച്ച ഫോറവും എഗ്രിമെന്റിന്റെ കോപ്പിയും പറഞ്ഞപടി പിറ്റേ ദിവസം തന്നെ ഞാൻ ഒപ്പിട്ടയച്ചു. കോൺട്രാക്ട് ഫോറത്തിന്റെ കോപ്പിയും കഥ സ്വീകാര്യമായ വിവരത്തിനുള്ള കത്തും എന്റെ മുന്നിൽ വന്നുപെട്ട നാട്ടുകാരെ മുഴുവനും അറിയിച്ചു. റേഡിയോ ഫെയിം കഥാകൃത്തിനെ, എഴുത്തുകാരനെ നേരിട്ടാരും അഭിനന്ദിച്ചില്ല. അസൂയതന്നെ. കുടുംബങ്ങളിലുള്ളവർ അടക്കം പറഞ്ഞു. “ഇനി യോൻ നെലവിട്ടു പറക്കും... നെലവിട്ടു പറക്കും. റേഡിയോവിൽ ഓന്റെ കഥ...”

പള്ളിക്കുളത്തിന്റെ പടവിലും ബീഡിപ്പീടികയുടെ ഇറയത്തും വർത്തമാനം പരന്നു.

അങ്ങനെ ആ ദിവസം വന്നു. അന്ന് വൈകുന്നേരത്തെ വണ്ടിക്കാണ് പുറപ്പെട്ടത്. കൂടെ ഒരു ധൈര്യത്തിന് ഇമ്പിച്ചാമത്ക്കായെന്ന ബന്ധുവിനേയും തുണ കൂട്ടി.

കോഴിക്കോട്ടിറങ്ങി ഇമ്പിച്ചാമത്ക്കായുടെ നിർദ്ദേശം മാനിച്ച് ഹോട്ടലിൽ ഒരു മുറിയെടുത്തു. ശാന്തഭവൻ ഹോട്ടൽ. അക്കാലത്തെ പ്രശസ്തമായ ഹോട്ടലായിരുന്നു ശാന്തഭവൻ. മസാലദോശയും പൂരിമസാലയും കിട്ടുന്ന ഇടം. ഇഡ്ഢലിയും ഉഴുന്നുവടയും കിട്ടും. വാഴയിലയിൽ വിളമ്പുന്ന പച്ചരി ചോറ്. നെയ്യും പരിപ്പും പപ്പടവും സാമ്പാറും... നവ്യാനുഭവങ്ങളുടെ പുതുസ്വാദ്...

രാത്രി എട്ട് മണിക്ക് മുമ്പ്, കടപ്പുറം ആശുപത്രിക്കടുത്തുള്ള റേഡിയോ നിലയത്തിൽ എത്തി.

കുട്ടി സാഹിബിനെ കണ്ടു. അദ്ദേഹം കഥയുടെ കോപ്പി കൈയിൽ തന്നു. രാത്രി ഏതാണ്ട് എട്ടരയായപ്പോൾ ഞാൻ സ്റ്റുഡിയോവിനകത്ത് കയറി. അതിനു മുമ്പേ റേഡിയോ സ്റ്റേഷൻ കണ്ടതിനാലും അവിടത്തെ സ്റ്റുഡിയോ കണ്ടു മനസ്സിലാക്കിയതിനാലും സ്റ്റുഡിയോവിൽ കയറിയപ്പോൾ ബേജാറ് തോന്നിയില്ല. കഥ വായിക്കാൻ പറഞ്ഞപ്പോൾ എന്തോ ഒട്ടും പതറൽ കൂടാതെ വായിക്കാൻ സാധിച്ചു. കുട്ടി സാഹിബ് വായനയുടെ സമയം നോക്കി. അദ്ദേഹം പറഞ്ഞു: "പതിനഞ്ചു മിനുട്ട് സമയമുണ്ട്. അല്പംകൂടി സ്പീഡ് കുറച്ച് സാവകാശം വായിച്ചാൽ മതി. ലൈവാണ്. നേരെ എയറിൽ പോകും. ശ്രദ്ധിക്കണം."

അത്രയും നിർദ്ദേശിച്ച് അദ്ദേഹം പുറത്തേക്ക് പോയി. "സമയമാവുമ്പോൾ ലൈറ്റ് കത്തും."

അല്പനിമിഷങ്ങൾക്കു ശേഷം അനൗൺസർ സ്റ്റുഡിയോവിൽ വന്നു.

"ഞാനാണ് കഥ അനൗൺസ് ചെയ്യുക. സമയമാവുമ്പോൾ ഞാൻ ആംഗ്യം കാണിക്കും."

അയാൾ സ്വയം പരിചയപ്പെടുത്തി. "എന്റെ പേര് ഉദയഭാനു. ഇവിടെ അനൗൺസറാണ്. കേട്ടിട്ടുണ്ടാവും. കേശവമേനോന്റെ ബന്ധത്തിൽപ്പെട്ട ആളാണ്"

അതൊന്നും മനസ്സിൽ കയറിയില്ല. ചുവന്നപ്രകാശമുള്ള ബൾബ് എരിഞ്ഞപ്പോൾ ക്ലോക്കിൽ ഒമ്പതേ പതിനഞ്ച് ആയപ്പോൾ ഉദയഭാനു ലോകത്തോടായി പറയുന്നു.

"ആകാശവാണി കോഴിക്കോട്. യു.ഏ. ഖാദർ എഴുതി വായിക്കുന്ന ചെറുകഥ "മുള്ളുവേലിയിലെ ഈറൻ മുണ്ട്"–

ശ്രീ. യു.ഏ. ഖാദർ–

ഉദയഭാനുവിന്റെ ആംഗ്യങ്ങൾ കണ്ടതും ഞാൻ വായനയാരംഭിച്ചു. സമസ്ത നേർച്ചക്കാരേയും മനസ്സിൽ ധ്യാനിച്ചാണ് വായന തുടങ്ങിയത്. പുഴയിൽ നിന്ന് ഒരിളംകാറ്റ് വീശി... ഭാഗ്യം. ഒരു നാക്ക് പിഴയും വന്നില്ല. ഒടുവിലത്തെ വരികൾ വായിക്കുമ്പോൾ കഥയുടെ ഇഫക്ടിനനുസരിച്ച് എന്റെ ശബ്ദവും അല്പം ഗദ്ഗദപൂർണ്ണമായിരുന്നു. ഉള്ളിൽ തട്ടിയ വായനയെന്ന് അവസാനത്തെ അനൗൺസ്മെന്റിനു ശേഷം മൈക്ക് ഓഫ് ചെയ്ത് ഉദയഭാനു അഭിനന്ദിച്ചു.

സ്റ്റുഡിയോ വാതിൽ തുറന്ന് പുറത്തെ ആഫീസറുടെ മുമ്പിൽ എന്നെയിരുത്തി. ചില രേഖകളിൽ ഒപ്പിടുവിച്ച് എനിക്കുള്ള ഡ്രാഫ്റ്റ് തന്നു. റേഡിയോവിൽ നിന്നും അക്കാലത്ത് എഴുത്തുകാർക്ക് നൽകുന്ന പ്രതിഫലം ഇരുപതുറുപ്പികയുടെ ഡ്രാഫ്റ്റ്. എഴുത്തുകൊണ്ട് ലഭ്യമാവുന്ന ആദ്യത്തെ പ്രതിഫലം. പ്രതിഫലം എന്നല്ല പറയേണ്ടത്. റോയൽട്ടി. റോയൽട്ടി തന്നെ.

ഇമ്പിച്ചാമത്ക്കയോടൊപ്പം പുറത്തിറങ്ങിയപ്പോൾ അഭിനന്ദനവുമായി കബീർദാസ് എന്ന പേരിൽ കഥയെഴുതുന്ന കൃഷ്ണൻ നായർ. ആ കുറുകിയ ശരീരവും മനം തെളിഞ്ഞ പെരുമാറ്റവും ഇപ്പോഴും മനസ്സിലുണ്ട്. (പിൽക്കാലത്ത് ആകാശവാണിയിൽ ജോലിയായിച്ചെന്നപ്പോൾ, ആകാശവാണിയാഫീസിന്റെ തെക്കേ അറ്റത്തെ ചായ്പിൽ സ്റ്റേഷനറി സാധനങ്ങൾ വിതരണം ചെയ്യുന്ന ചുമതലയുമായിരിക്കുന്ന കൃഷ്ണൻ നായരെ കണ്ടു. ചിരി തൂകി അദ്ദേഹം ചോദിച്ചു: "ഇവിടെ തന്നെ എത്തി. അല്ലേ? സന്തോഷം. ഖാദറിനെ അന്നേ എനിക്കറിയാമായിരുന്നു. ഞാനത് ഇവിടെ എല്ലാവരോടും പറഞ്ഞിട്ടുണ്ട്. എനിവെ എല്ലാം വെരിഗുഡ് - ഹുദാ ഹഫിസ്...."

(തെളിവൂറുന്ന ആ സ്മിതം കടൽക്കാറ്റിന്റെ ലവണാംശങ്ങൾക്ക് വറ്റിച്ചുതീർക്കാനാവില്ല എന്നും മനസ്സിലായി...)

അന്നുമുതൽ കോഴിക്കോടൻ ജീവിതത്തിൽ കെട്ടിമറിയുമ്പോഴെല്ലാം ലൈബ്രറി പൂമുഖത്ത് കണ്ട കകോ കവിയും തീവണ്ടി മുറിയിൽ പരിചയപ്പെട്ട കബീർദാസും മനസ്സിൽ പൂർണ്ണമികവോടെ തെളിയുന്ന ചിത്രങ്ങളാണ്.

■

നഹാരിയും കുറ്റിച്ചിറയും വമ്പത്തികളും

ജനാബ് നഹാരി ഞങ്ങളുടെ നാട്ടിലെ 'പുതിയാപ്പിളയാണ്. എന്റെ സുഹൃത്ത് സക്കാഫ് തങ്ങളുടെ മരുമകളെയാണ് നഹാരിയവർകൾ വിവാഹം ചെയ്തത്, ആഴ്ചയിൽ രണ്ടുതവണ നഹാരി ഭാര്യവീട്ടിലേക്ക് വരും.

കൊയിലാണ്ടി പൊലീസ്സ്റ്റേഷന്റെ വടക്കുപടിഞ്ഞാറ് ഭാഗത്തെ ബീച്ച് റോഡിലൂടെ നടന്നാൽ, ചീക്കോപ്പള്ളി പരിസരത്തിൽ കടപ്പുറം സമീപിക്കുന്നിടത്തെ സന്തിൽ കടപ്പുറത്തേക്ക് തിരിയുന്ന നിരത്തിന്റെ മൂലയ്ക്കൽ കാണാവുന്ന ഒരു മാളികയുണ്ട്. കണ്ണാടി ജാലകങ്ങളുടെ പ്രൗഢിയറിയിക്കുന്ന വലിയ മാളിക. തങ്ങൾ കുടുംബത്തിലുള്ളവരാണ് താമസക്കാർ. അവിടെയാണ് നഹാരി 'മംഗലം' കഴിച്ചത്.

വെള്ളിയാഴ്ച വൈകുന്നേരം മുതൽ കണ്ണാടി മാളികയുടെ ജാലകങ്ങൾ പ്രകാശിച്ചു കാണാം. ഭാര്യവീട്ടിൽ 'വാരാന്തം ചിലവഴിക്കാൻ' നഹാരിയവർകളും മൂപ്പരുടെ കോഴിക്കോട്ടെ ചങ്ങാതി സമൂഹവും എത്തിയതിന്റെ സൂചനയാണ്. (വാളോർക്കന്മാർ എന്ന് വടക്കൻ വാമൊഴി). സക്കാഫ് തങ്ങൾ ഈ വിവരം ഞങ്ങളോട് പറയും. കാരണം കോഴിക്കോട്ടെ ആ ചങ്ങാതിക്കൂട്ടം എനിക്കും എൻ.ഇ.ഐ അഹമ്മദ് എന്ന പേരിൽ പ്രശസ്തങ്ങളായ കഥകൾ എഴുതി പിൽക്കാലത്ത് ശ്രദ്ധേയനായ ഇമ്പിച്ചിക്കും നഹാരിയവർകളുടെ ചങ്ങാതിക്കൂട്ടത്തെ കാണാനും അവരുമായി ലോഹ്യം കൂടാനും കമ്പമുണ്ടായിരുന്നു.

ഒരിക്കൽ ഈ ചങ്ങാതിമാർ നഹാരിയോടൊപ്പം വന്ന് രണ്ടു ദിവസം കൊയിലാണ്ടിയിൽ തങ്ങി 'അമ്മിക്കുമ്മായം മറിഞ്ഞ്' കുതൂഹലമാടിയ കഥ അവർ വന്നുപോയ ശേഷം സക്കാഫ് തങ്ങൾ ഞങ്ങളോട് വിവരിച്ചിരുന്നു. 'അക്കൂട്ടരുടെ ചങ്ങാത്തം' നല്ലൊരു അനുഭവമാവുമെന്ന് അറിവുള്ളതിനാൽ, ഇനിയവർ വന്നാൽ ഞങ്ങളെ അറിയിക്കണമെന്ന് ശട്ടം കെട്ടിയിരുന്നു.

കൊയിലാണ്ടിയിൽ വാരാന്തം ആഘോഷിക്കാൻ നഹാരിയോടൊപ്പം കൂട്ടത്തോടെ എത്തുന്ന 'വാളോർക്കന്മാർ' ഇവരൊക്കെയായിരുന്നു.

ഒന്നാമത്തെ ആൾ കോഴിക്കോട്ടെ കലാകാരന്മാർക്കിടയിലെ പ്രഗദ്ഭ വ്യക്തിയെന്ന് ഖ്യാതിയുള്ള പി.എൻ.എം ആലിക്കോയ. പിന്നെ പി. കുഞ്ഞാവ, ബി. മുഹമ്മദ് എന്ന കവിമാസ്റ്റർ, പി.എൻ.എം. ബാവുട്ടി തുടങ്ങിയവർ. വായെടുത്താൽ തമാശ വെച്ചുകാച്ചുന്ന കുഞ്ഞാവയെക്കുറിച്ച് എമ്പാടും കേട്ടിട്ടുണ്ട്. വമ്പന്മാരുടെ കൊലകൊമ്പൻ പ്രസംഗങ്ങൾ അപ്പാടെ അവരുടെ പ്രത്യേകങ്ങളായ ചേഷ്ടകൾ അനുകരിച്ച് അതേ ശബ്ദത്തിൽ പ്രസംഗിച്ച് രംഗം തിമർക്കുന്ന ബി. മുഹമ്മദ്. സുന്ദരിയായ മാപ്പിളപ്പെണ്ണിന്റെ വേഷം നാടകത്തിൽ അഭിനയിച്ച് കൊഴുപ്പിക്കുന്ന, കാണാൻ അതിസുന്ദരനായ പി.എൻ.എം ബാവുട്ടി. അങ്ങനെയുള്ളവരാണല്ലോ നഹാരിയുടെ കൂട്ടുകാരായി കൊയിലാണ്ടിയിൽ എത്തുന്നത്. പി.പി. ഉമ്മർകോയയുടെ പ്രസംഗം ഇംഗ്ലീഷ് ചുവയാർന്ന 'കൊഞ്ഞൻ' മലയാളത്തിൽ ഘനഗംഭീരശബ്ദമായി അനുകരിച്ചവതരിപ്പിക്കുന്ന ബി. മുഹമ്മദ് സാഹിബിന്റെ പ്രകടനം നഹാരിയുടെ ഭാര്യവീട്ടിലെ നീണ്ട വിശാലമായ കോലായയിൽ അരങ്ങേറിയത് കണ്ട് സക്കാഫ് തങ്ങളും കൂട്ടുകാരും വീട്ടകത്തെ പെണ്ണുങ്ങളും നേരം പുലരും വരെ തടി മറന്ന് ചിരിച്ച കഥയും സക്കാഫ് തങ്ങൾ പറഞ്ഞിരുന്നു.

അങ്ങനെയാണ് കോഴിക്കോട്ടെ ചങ്ങാതിക്കൂട്ടത്തെ കാണാനും പരിചയപ്പെടാനുമുള്ള പൂതി എന്നിൽ പെരുകിവശായത്. അടുത്ത ആഴ്ച നഹാരിയവർഗൾ തന്നെ മുൻകൈയെടുത്ത് എന്നെ ഈ ചങ്ങാതിമാരുമായി പരിചയപ്പെടുത്തി.

പി.എൻ.എം. ആലിക്കോയ സാഹിബിനെ ഇതിന് മുമ്പും പലതവണ കണ്ടിട്ടുണ്ട്. അമേത്ത് വീടിന്റെ മുന്നിലെ നിരത്തിൽ പന്തലായിനി നെയ്ത്തുകാരുടെ ഒരു പരസ്പര സഹായ ബാങ്ക് പ്രവർത്തിക്കുന്നുണ്ട്. അതിനു മുകളിൽ പലപ്പോഴായി ആലിക്കോയ അവർകൾ വന്ന് പുസ്തകങ്ങൾ മറിച്ചു നോക്കി എന്തൊക്കെയോ കുത്തിക്കുറിക്കുന്നതു കാണാം. സംഘം പ്രസിഡണ്ട് കുഞ്ഞിക്കൃഷ്ണൻ ചെട്ടിയാർ മേശയ്ക്കരികെ വന്നുനിന്ന് ആദരത്തോടെ എന്തൊക്കയോ വിവരിച്ചുപറയുന്നതും കണ്ടിട്ടുണ്ട്. അയൽക്കാരൻ കേളുകുട്ടിയാണ് പരിചയപ്പെടുത്തിയത്. "മൂപ്പൻ ഓഡിറ്ററാ. ബാങ്കിന്റെ കണക്ക് പരിശോധിക്കുന്ന ഓഡിറ്റർ–കോഴിക്കോട്ടുകാരൻ..."

'അത്രയേ കേളുക്കുട്ടിക്ക് അറിയാവൂ. ബാക്കിയൊക്കെ പറഞ്ഞു തന്നത് പരിചയപ്പെടുത്തലിനിടയിൽ നഹാരിയവർകളാണ്. ഫ്രാൻസിസ് റോഡിന്റെ പടിഞ്ഞാറെ മുനമ്പത്ത് കോഴിക്കോട്ട് കലാകാരന്മാരായ മുസ്ലീം ചെറുപ്പക്കാർക്കിടയിൽ സജീവമായി പങ്കെടുക്കുന്ന ആലിക്കോയയാണ് സകലവിധമായ നാടക കലാസംഗീത പരിപാടികളുടേയും സൂത്രധാരൻ. സാക്ഷാൽ കലാകാരൻ. ബി. മുഹമ്മദ് നാടക രചനയും തമാശ അഭിനയവും. കുഞ്ഞാവ നാടകത്തിന്റെ ജീവനാഡിയാണ്. ഹാസ്യത്തിന്റെ അവതാരം. കാണാൻ സുന്ദരനായ ബാവുട്ടി കാച്ചിയും

തട്ടവുമിട്ട് കസവു തൊങ്ങലുള്ള വെള്ളക്കുപ്പായവും ധരിച്ച് അരങ്ങത്ത് കയറിയാൽ കാണുന്നവർ പിന്നെ കണ്ണു പറിക്കുകയില്ലത്രേ. അത്രയ്ക്ക് ആകാരവടിവും ഭംഗിയും 'സനദ്' പെണ്ണുങ്ങൾക്ക് കൂടിയുണ്ടാവില്ലെന്നാണ് നഹാരിയവർകൾ പറഞ്ഞ് പൊലിപ്പിക്കുന്നത്.

ഞങ്ങൾ പരിചയപ്പെട്ട ദിവസം ഒരു തമാശയുണ്ടായി. കടപ്പുറം ഭാഗത്തെ നനഞ്ഞ പൂഴിപ്പരപ്പിലൂടെ നടന്ന് സംഘം കൊയിലാണ്ടിയിലെ വടക്കേയറ്റത്തെ പാറപ്പുറം പള്ളി മഖാമിന്റെ മുന്നിലെത്തി. അക്കാലത്ത് വൈകുന്നേരം ചെലവഴിക്കാൻ പാറപ്പള്ളി പരിസരത്തിലേക്ക് കൂട്ടംകുടി പോകുന്ന പതിവുണ്ട്. അങ്ങനെ നടന്ന് നടന്ന് പാറപ്പള്ളി തീരത്തൂടെ മഖാമിന്റെ മുറ്റത്തെത്തിയതാണ്.

അസ്തമിച്ചിട്ടില്ല. സൂര്യൻ പതുക്കെപ്പതുക്കെ താണു താണു വരുന്നതേയുള്ളൂ. പാറക്കെട്ടിന്റെ ഇളം ചുടാർന്ന പാറയിലൊന്നിൽ ചാരിയിരുന്ന് പി.എൻ.എം ആലിക്കോയ പതുക്കെപ്പതുക്കെ മൂളി. അസ്തമയം നോക്കിയിരിക്കുന്ന ബാവുട്ടിയുടെ 'പുറത്ത് താളമിട്ടാണ്' മധുരസംഗീതമൂറും ഈണത്തിൽ ആലിക്കോയ പാടിയത്.

"മൂത്തുപഴുത്തുള്ള മാങ്ങാ കണ്ട് പൂതിവെക്കണ്ടാ മോളെ നിന്നെ
കാക്കകെട്ടുമെന്ന വിചാരം മനസ്സിലുറക്കണ്ടാ മോളെ......"

അങ്ങനെയൊക്കെയായിരുന്നു ആ ഈരടി എന്നാണോർമ്മ.

സന്ധ്യമയങ്ങിയിട്ടും അന്നത്തെ ആ സായാഹ്നം ആർക്കും മതിയായില്ല. കടപ്പുറം പാറപ്പള്ളി മഖാമിലെ പള്ളിമജ്‌ലിസിൽ മഗ്‌രിബ് നമസ്കാരത്തിന് എല്ലാവരും അണിനിരന്നു. ആലിക്കോയ അവർകൾ അക്കാലം തൊട്ടേ നാടക കലാപ്രവർത്തനങ്ങളിൽ നിരതനാമെങ്കിലും നമസ്കാരാദി ചിട്ടകൾ, അനുഷ്ഠാനങ്ങൾ എല്ലാം ക്രമം തെറ്റാതെ പിന്തുടരുന്ന ആളായിരുന്നു. 'ദീനിയായ കലാകാരൻ' എന്നാണ് പ്രശസ്തി. മഗ്‌രിബ് നമസ്കാരം കഴിഞ്ഞു തിരിച്ചുള്ള വരവിലും ഗാനരചന പ്രകിയ തുടരുന്നുണ്ടായിരുന്നു. അന്ന് രാത്രി നഹാരിയവർകളുടെ കൊയിലാണ്ടിയിലെ ഭാര്യവീട് സംഗമവേളയിലാണ് ഒരു നാടക രചനാലോചനയും നാമ്പെടുത്തത്. ഒരു നാടകം എഴുതണമെന്ന ആശയം ജനിക്കുന്നു. എം.എസ്.എ നാടക സംഘം കോഴിക്കോട്ട് അടുത്ത് അരങ്ങേറുന്ന മലബാർ നാടകോത്സവത്തിന് അവതരിപ്പിക്കത്തക്കവണ്ണം ഒരു നാടകം എഴുതിയുണ്ടാക്കണം.

നാടകത്തിന്റെ ഇതിവൃത്തം എന്തായിരിക്കണമെന്നതിന്റെ ആശയം, ആലിക്കോയ ഗാനരചന നടത്തുന്ന മുഹൂർത്തത്തിൽ തന്നെ പൊട്ടിമുളച്ചത് നഹാരിയവർകളുടെ തലയിലാണ്. ഇടിയങ്ങര ഭാഗത്തെ ഒരു മുസ്ലീം പെൺകുട്ടിയുടെ ജീവിതം, അക്കാലത്തെ അവളുടെ ചെറുത്തുനില്പിന്റെ ശക്തിയും ദൗർബല്യവും നൈർമ്മല്യവും പ്രകാശിപ്പിക്കുന്ന തരത്തിൽ ഒരു കഥ. നഹാരിയുടെ ഭാര്യവീട്ടിലെ തമാശകൾക്കിടയിൽ പല മനസ്സിലൂടെ രൂപപ്പെടാൻ തുടങ്ങി.

കഥയുടെ ആശയം ഉരുത്തിരിഞ്ഞപ്പോൾ അതിന് ലക്ഷണമൊത്ത ഒരു നാടകത്തിന്റെ അവതരണം എങ്ങനെയൊക്കെ ആവാമെന്ന ചർച്ച ഗൗരവംപൂണ്ടു. നഹാരി കഥ വിവരിച്ചു പറഞ്ഞു. ബി.മുഹമ്മദ് തന്റെ നർമ്മം ചാലിച്ച വർത്തമാനത്തിലൂടെയും 'തെക്കെപ്രം വാമൊഴി' രീതിയിലൂടെയും രംഗം രംഗങ്ങളായി നാടകം രൂപപ്പെടുത്തുന്നു. അന്നത്തെ രാത്രി പുലരുമ്പോഴേക്കും നാടകം ശരിയായോ എന്നെനിക്കറിയില്ല. തൊട്ടടുത്തയാഴ്ച നഹാരി ഭാര്യവീട്ടിൽ വന്നപ്പോൾ കാണാൻ പതിവുപോലെ ചെന്ന ഞങ്ങളോട് നഹാരി പറയുന്നു: "എന്റെ കൂട്ടരേ, നാടകം എഴുതിയുണ്ടാക്കി. ഞാനും കവിയും ചേർന്നാണ് കഥയും സംഭാഷണവും എഴുതിയത്. നാടകത്തിന്റെ പേര് 'വമ്പത്തി നിയ്യാണ് പെണ്ണ്–'

"അവതരിപ്പിക്കുന്നത് എം.എസ്.എ നാടക കലാസമിതി ഇടിയങ്ങര കോഴിക്കോട്–"

കോഴിക്കോട് നഗരത്തിലെ കലാസമിതികൾ എല്ലാം പങ്കെടുത്ത് ദിവസത്തിൽ ഒരു നാടകം എന്ന നിലയ്ക്ക് ഓരോ കലാസമിതിയും ഒരു നാടകം. ആ നാടകോത്സവത്തിൽ എം.എസ്.ആയി അംഗങ്ങൾ ഒന്നായി ചേർന്ന് ഈ നാടകം അവതരിപ്പിക്കും. അങ്ങനെയെല്ലാം വിശദമായിത്തന്നെ നഹാരി പറഞ്ഞിട്ടുണ്ട്.

മുസ്ലീം ചെറുപ്പക്കാരുടെ നാടക കമ്പം മുളയിലേ നുള്ളിക്കളയാനുള്ള ശ്രമം അതിനു മുമ്പ് ഉണ്ടായ കഥയും നഹാരി വിവരിച്ചിരുന്നു. ഉമ്മർ കോയ അവർകളുടെ മേൽനോട്ടത്തിൽ മദ്രസ്സത്തുൽ മുഹമ്മദീയ ഹൈസ്കൂളിന്റെ അങ്കണത്തിൽ അരങ്ങേറാനുദ്ദേശിച്ച് ഒരു നാടക പ്രവർത്തനം നടന്നു.

നാടകത്തിൽ അഭിനയിക്കുവാനുള്ള നടന്മാരെ നിശ്ചയിച്ചു. പെൺവേഷം കെട്ടാനുള്ളവരേയും തീരുമാനിച്ചു. നാടകം എഴുതിയുണ്ടാക്കി അതിനു പറ്റിയ ഒരു പേരും നൽകി. 'ആരാണപരാധി?'

നാടകരചന ആരുടേതാണെന്ന് നഹാരി പറഞ്ഞിട്ടില്ല. ഞാനതു ചോദിച്ചുമില്ല. ഏതായാലും മദ്രസ്സത്തുൽ മുഹമ്മദീയയുടെ വേദിയിൽ ആ നാടകം അവതരിപ്പിക്കാൻ അക്കാലത്തെ പ്രമാണപ്പെട്ടവർ അനുവാദം നൽകിയില്ല. അതിനെ ചുറ്റിപ്പറ്റി പലതരം വിവാദങ്ങളും അക്കാലത്ത് ഉണ്ടായിട്ടുണ്ട്. ഒടുവിൽ അംഗങ്ങൾ മുഴുക്കെ ഹൃദിസ്ഥമാക്കിയ നാടകം, അവരുടെ അഭിനയ ചാരുതയാൽ കൊഴുപ്പിക്കണമെന്ന് പൂതിവെച്ച കലാപ്രകടനം അരങ്ങേറാൻ എന്തുവഴി–?

പി.പി ഉമ്മർകോയ അവർകളുടെ സ്വാധീനം കൊണ്ടുതന്നെ, തമിഴ് സിനിമകൾ തകർത്തോടുന്ന മിഠായിത്തെരുവിന്റെ ഹൃദയഭാഗത്തുള്ള രാധാ പിക്ച്ചർ പാലസ്സിൽ നിശ്ചിത ദിവസം തന്നെ ആ നാടകം അരങ്ങേറിയത്രേ. ഈ കഥകളൊക്കെ നഹാരിയവർകളുടെ വിവരണ കലയിലൂടെയാണ് ഞങ്ങൾ അറിഞ്ഞത്. അത്തരം അനുഭവങ്ങൾ ഉള്ളതിനാൽ 'വമ്പത്തി നീയാണ് പെണ്ണ്' എന്ന നാടകം അവതരിപ്പിക്കാനാവുമോ

എന്ന ആശങ്കയുണ്ടായിരുന്നു. നഹാരി അറിയിച്ചു: "നാടകോത്സവത്തിന് അരങ്ങേറാൻ നാടകം തെരഞ്ഞെടുത്തിട്ടുണ്ട്. ഇനി പേടിക്കണ്ട കലാ സമിതികളുടെ മത്സര അരങ്ങ്–"

ടൗൺഹാളിലെ സദസ്സിൽ നാടകം കാണാൻ കുറ്റിച്ചിറ അപ്പാടെ എത്തിയിരുന്നുവെന്ന് പറഞ്ഞാൽ അതിശയിക്കാനില്ല, കൊയിലാണ്ടി യിൽ നിന്നും നിത്യേനയെന്നോണം നാടകോത്സവത്തിന് എത്തി നാടകം കാണാനുള്ള കോപ്പ് എനിക്കില്ലായിരുന്നു. എങ്കിലും വമ്പത്തി നീയാണ് പെണ്ണ് നാടകത്തിന്റെ അരങ്ങേറ്റം ചൂടോടെ കണ്ടുരസിക്കാൻ എനിക്കാ യിട്ടുണ്ട്.

എനിക്കും ഇമ്പിച്ചിക്കും സക്കാഫ് തങ്ങൾ അവർകൾക്കും നാടകം കാണാനുള്ള പാസ് തന്നതും നഹാരി സാഹിബാണ്. അരങ്ങിൽ പി. കുഞ്ഞാവ എന്ന നടൻ കുറ്റിച്ചിറ ഭാഗത്തെയോ ഏറനാടൻ ഭാഗത്തെയോ തനിമാപ്പിള കാക്കയായി തകർത്തഭിനയിച്ചു തിമർക്കുന്നത് കോഴിക്കോട്ടെ നാടകവേദിക്ക് ആദ്യകാഴ്ചയായിരുന്നു. അതുപോലെ ബി. മുഹമ്മദ് എന്ന കവി മാസ്റ്ററുടെ സ്ത്രീവേഷം. കോഴിക്കോടൻ വാമൊഴിയിലൂടെ നാടൻ ചലനങ്ങളിലൂടെ കവി മാസ്റ്ററുടെ തറവാട്ടുമ്മ പി.എൻ.എം. ബാവുട്ടിയുടെ സുന്ദരിയായ കഥാനായിക. കഥാപാത്രങ്ങൾ രംഗത്താടിത്തിമിർക്കു മ്പോൾ കോഴിക്കോടൻ സദസ്സിൽ മുഴങ്ങിയ കരഘോഷങ്ങൾ ഇന്നും മനസ്സിൽ മുഴങ്ങുന്നുണ്ട്.

എം.എസ്.എ. ഡ്രാമാറ്റിക് അസോസിയേഷൻ

1949 ജൂലായ് മാസത്തിൽ ചില മുസ്ലീം ചെറുപ്പക്കാരുടെ കലാകൗതുക ത്തിൽ നിന്നും ഉടലെടുത്തു. നാടക കലയിലൂടെ സമുദായ സംസ്ക രണം സാധിക്കാമെന്ന ആശയക്കാരനായിരുന്നു പരേതനായ എം. സെയ്ത് മുഹമ്മദ് സാഹിബ്. കോഴിക്കോട്ടെ മാപ്പിള സമുദായത്തിന്റെ ഹൃദയമായ പരപ്പിൽ ഉയർന്നുനിൽക്കുന്ന ഈ നാടകസംഘം അദ്ദേഹ ത്തിനു നൽകിയ സുരഭില സൗഹൃദത്തിന്റെ സജീവ സ്മാരകമാണ്.

നാടകം, നൃത്തം, അഭിനയം, സംഗീതം മുതലായ കലകളിൽ അഭി നിവേശം ജനിപ്പിക്കുക, കലാപ്രകടനങ്ങളിൽ നിന്നുള്ള വരുമാനം വിദ്യാ ഭ്യാസ പുരോഗതിക്കായി ചെലവഴിക്കുക, നാടകദ്വാരാ സമുദായത്തിലുള്ള അനാചാരങ്ങളെ ദൂരീകരിക്കുക എന്നിവയാണ് ഞങ്ങളുടെ ലക്ഷ്യം.

ഈ മഹത്തായ ലക്ഷ്യങ്ങളെ മുൻനിർത്തി പ്രവർത്തിക്കുന്ന എം.എസ്.എ സമുദായത്തിലെ പാരമ്പര്യപൂജകന്മാരുടേയും പുരോഹി തന്മാരുടേയും കണ്ണിലെ കരടാണ്.

–ഇതിനെ നയിക്കുന്ന സുശക്ത സാരഥികൾ:

ശ്രീ.വി. അബ്ദുല്ല – അദ്ധ്യക്ഷൻ, എസ്.എം. മുഹമ്മദ് ഉപാധ്യക്ഷൻ, പി.എൻ.എം. ആലിക്കോയ – സെക്രട്ടറി, പി.പി ഉമ്മർകോയ – ജോ. സെക്രട്ടറി.

എം.എസ്.എ അവതരിപ്പിച്ച പൂർണ നാടകങ്ങൾ

1. 'ആരാണപരാധി', 2. 'സുബൈദ', 3. 'എളാമ', 4. 'വിരിയാത്ത പൂമൊട്ടുകൾ', 5. 'നെടുവീർപ്പുകൾ', 6. 'വമ്പത്തി നീയാണ് പെണ്ണ്', 7. 'നമ്മുടെ നാട്' (റേഡിയോ നാടകം).

ഏകാങ്കങ്ങൾ

1. 'കസവുള്ള തൊപ്പി', 2. 'ഹിന്ദു മുസ്ലീം ലഹള'. ആൾ ഇന്ത്യാ റേഡിയോ (കോഴിക്കോട്) നടത്തിയ നാടോടി കലോത്സവത്തിൽ ഞങ്ങൾ പങ്കെടുക്കുകയുണ്ടായി. മാപ്പിളപ്പാട്ടും മുട്ടും പീപ്പിയും ഒപ്പനയുമായിരുന്നു ഞങ്ങളുടെ ഇനങ്ങൾ.

ബി. മുഹമ്മദ് എന്ന കവി മാസ്റ്ററും പി.എൻ.എം. ആലിക്കോയയും നഹാരിയവർകളും അന്നത്തെ നാടക കലാരംഗത്തെ സജീവമാക്കിയവർ. അവരുടെ സ്മരണകൾ മാത്രം ബാക്കി. ഫ്രാൻസിസ് റോഡ് കടൽക്കരയിലെ മുനമ്പിൽ ചെന്നു ചേരുമ്പോഴുള്ള ആ വലത്തോട്ടുള്ള തിരിവ് ഇന്നില്ല. വീതിയും വിസ്താരവുമേറിയ തീരദേശറോഡ് കടപ്പുറത്തിന്റെ മുഖഭാവം മാറ്റിയിട്ടുണ്ട്.

എങ്കിലും ആ വലത്തോട്ടുള്ള തിരിവിലെ മാളിക, മുകളിലെ എം.എസ്.എ ഡ്രാമാറ്റിക് ക്ലബ്ബിന്റെ സ്ഥാനചിഹ്നങ്ങൾ, കോഴിക്കോടൻ ഓർമ്മത്തിണ്ണകളിൽ നിറപ്പൊലിമ ചാർത്തി ഇപ്പോഴും മനസ്സിലുണ്ട്. അതുപോലെ കോഴിക്കോടൻ പ്രതിഭകളുടെ മേൽവിലാസങ്ങൾ പ്രകീർത്തിക്കുന്ന തെക്കേപ്പുറത്തെ മാളികപ്പുറങ്ങൾ. പാതിരാമേളനങ്ങൾ... രാത്രികാല ഗമ്മത്തുകൾ. ഈവിനിംങ് ആർട്സിലെ ഹാർമോണിയക്കട്ടകളിൽ വിരൽചലനങ്ങൾ സംഗീതം പെയ്യുന്ന ബാബുക്കയുടെ രാത്രികൾ–

കാലത്തിന്റെ ഉപ്പുകാറ്റേറ്റ മനസ്സിൽ തെളിയുന്ന മായാമുഖങ്ങൾ. വറ്റാമധുരസ്മതി സംഗീത താളലയങ്ങൾ.

■

മാനാഞ്ചിറ മൈതാനത്തിലെ ഓലമറകൾ

സി.സി. മോട്ടോർ കമ്പനി വകയായുള്ള വടകര കോഴിക്കോട് റൂട്ടിൽ ഓടുന്ന ഗോപിയേട്ടന്റെ ബസ് നിത്യേന രാവിലെ ബഹു കണിശമായി, ഏതാണ്ട് ഇളയുച്ചനേരത്ത് കൊയിലാണ്ടിയിൽ എത്തും. 'റെഡിമണി ബസ്സ്' എന്നാണ് ആണ്ടിസെറാപ്പിന്റെ ന്യായം.

കോടതിക്ക് മുന്നിലുള്ള കേളപ്പന്റെ ചായപ്പീടിക ഇറയത്താണ് സകല ബസും വന്നുനിൽക്കുക.

അന്ന് കൊയിലാണ്ടിയിൽ ബസ്സ്റ്റാന്റ് ഉണ്ടായിരുന്നില്ല. കേളപ്പന്റെ ചായപ്പീടികമുറ്റത്ത് ബസ് നിർത്തിയാൽ രണ്ടു കാര്യമുണ്ട്. ബസ് കാത്തു നിൽക്കുന്ന ആൾക്കാർക്ക് സൗകര്യം പോലെ ബസ്സിൽ കയറാം. ബസ്സിൽ നിന്ന് ഇറങ്ങേണ്ടവർക്ക് എതംപോലെ തിക്കും തെരക്കും കൂടാതെ ഇറ ങ്ങുകയുമാവാം. ഡ്രൈവറും കണ്ടക്ടറും പറയുക ബസ് ഒന്നു തണുക്ക ട്ടെയെന്നാണ്. ഞങ്ങൾക്ക് 'ഒന്ന് സ്റ്റീമാക്കണമല്ലോയെന്നും' പറയും. ബസ്സോടിക്കുന്നവർ ഒന്ന് 'സ്റ്റീമാകണ'മല്ലോ. എന്നുപറഞ്ഞാൽ വയറ്റിലെ ന്തെങ്കിലും ചെന്ന് യാത്രയുടെ 'മന്ദിപ്പ്' തീർക്കണമല്ലോ.

തെക്കുനിന്നും വടക്കോട്ടുള്ള യാത്രക്കാർക്ക് അങ്ങാടിയുടെ വടക്കേ യറ്റത്താണ് കേളപ്പന്റെ ചായപ്പീടിക. വടകര കണ്ണൂർ ഭാഗത്ത് നിന്നും വരുന്നവർക്ക് ടൗണിന്റെ തെക്കേത്തലയ്ക്കലാണ് ഈ ചായപ്പീടിക. മജിസ്ട്രേട്ട് കോടതി, പൊലീസ് സ്റ്റേഷൻ ഇത്യാദി സർക്കാർ സ്ഥാപന ങ്ങൾക്ക് തൊട്ടുമുന്നിൽ നിരത്തിന്റെ കിഴക്കേപ്പൊളിയിൽ പണ്ടു പണ്ടേ നിലവിലുണ്ടായിരുന്നത്രേ കേളപ്പന്റെ ചായപ്പീടിക. തെക്കോട്ടും വട ക്കോട്ടും പോകുന്ന വാഹനങ്ങൾ നിർത്തിയിടാൻ തുടങ്ങിയതോടെയാണ് ചായപ്പീടികയും കച്ചവടവുമെല്ലാം ഒന്നു പച്ചവെച്ചത്.

കണ്ണൂർ കോഴിക്കോട് റൂട്ടിലൂടെ യാത്ര ചെയ്തിട്ടുള്ളവർ ഒരുകുറി കേളപ്പന്റെ ചായപ്പീടികയിൽ കയറി വല്ലതും ആഹരിച്ചിട്ടുണ്ടെങ്കിൽ അതിന്റെ 'രുചിയും സ്വാദും മണവും' അവർ ജീവകാലം മറക്കുകയില്ല. അത്രയ്ക്കും മികവുറ്റതാണ് അവിടെ വിളമ്പിക്കിട്ടുന്ന ഇറച്ചിക്കറിയും ചെറുപയറ് കറിയും മറ്റെല്ലാ വിഭവങ്ങളും. അവിടുന്ന് ലഭിക്കുന്ന

വിഭവങ്ങൾ വയറ് നിറയെ തിന്ന്, മീതെ ഒരു ഗ്ലാസ് നല്ല 'മുറിച്ചാൽ മുറിയാത്ത' മധുരച്ചായ മുത്തി കീശയിലെ കാശെണ്ണിക്കൊടുത്ത് ഒന്ന് പുറത്തിറങ്ങിയാൽ, അസാരം വിയർപ്പു പൊടിയുന്ന നെറ്റിത്തടത്തിൽ കൊയിലാണ്ടി ഹൈസ്കൂൾ മൈതാനത്തിൽ നിന്നും വീശുന്ന ഇളം കാറ്റ് തട്ടുന്ന നേരത്ത് തടിയാകപ്പാടെയുണരുന്ന ഒരാശ്വാസം വേറെ എവിടെയും കിട്ടുകയില്ല. അത് കേളപ്പന്റെ പീടികയുടെ നല്ലകാലം. കൈപ്പുണ്യം. എത്ര തെരക്കുള്ള സമയത്തും ബസ്സുകൾ കൊയിലാണ്ടിയിലെത്തുമ്പോൾ കേളപ്പന്റെ പീടിക കണ്ണിൽ പെടുമ്പോൾ ഒന്നു ചവിട്ടും. ബ്രേക്കിൽ തന്നെ കാലമർന്ന് താഴും...

നല്ല ഇളയ ആടിന്റെ ഇറച്ചിയാണത്രേ കേളപ്പേട്ടൻ തന്റെ പീടികയിലേക്ക് പ്രത്യേകമായി ചട്ടം കെട്ടി പറഞ്ഞുവരുത്തിക്കുന്നത്. അത് ചെറുകഷ്ണങ്ങളാക്കി നുറുക്കി അസ്സലായി കഴുകി വെടിപ്പാക്കി മസാലക്കൂട്ടുകൾ യഥാവിധി ചേർത്തിളക്കി വലിയ ഉള്ളിയും ചെറിയ ഉള്ളിയും അതാതിന്റെ കണക്കോടെ നുറുക്കിയിട്ട് വിറകടുപ്പിൽ കയറ്റിയ ഓട്ടുരുളിയിൽ വേവിച്ച് വെളിച്ചെണ്ണയും സുഗന്ധവ്യഞ്ജനങ്ങളും താളിച്ച് വഴറ്റി പാകപ്പെടുത്തിയെടുക്കുന്നതാണത്രേ കേളപ്പന്റെ പീടികയിലെ സുപ്രസിദ്ധമായ 'ചാപ്സ് കറി'. നന്നേ പുലർച്ചെയും സന്ധ്യയ്ക്കും കിട്ടുന്ന ഇറച്ചിക്കറി അറിയപ്പെടുന്നത് 'ഫ്രൈ ചാപസ്' എന്ന പേരിലാണ്. ഉച്ചനേരത്തെ 'ചാപ്സ്' കറിയിൽ ഇറച്ചിക്കഷ്ണങ്ങൾക്കിടയിൽ ചാറിൽ കടിക്കുന്ന കൊപ്പര നുറുങ്ങുകൾ. അതു തിന്നുന്നവരുടെ നാവിൽ മാത്രമല്ല മനസ്സിലും മധുരാനുഭൂതികൾ ഉണർത്തും. വൈകുന്നേരങ്ങളിലെ 'ഫ്രൈ ചാപസ്' വലിയ ഉള്ളിയുടെയും നറു നെയ്യിന്റെയും മുന്തിയ രുചിയയവിറക്കി തിന്നാവുന്ന 'നല്ലോണം വെന്ത' പതളിറച്ചിത്തുണ്ടുകളാണ്. കൂട്ടിന് ചവയ്ക്കാൻ ചൂടുള്ള പൊറാട്ടയോ ഉഴുന്നുവടയോ അരിപ്പുട്ടോ പൊരിച്ച പത്തിരിയോ വേണമെന്നില്ല. ഇപ്രകാരം മികവൊത്തതൊക്കെത്തന്നെയാണ് അവിടത്തെ ഇതര കറികളും അപ്പത്തരങ്ങളും. ഈവക ചൂടാവി പറക്കുന്ന വിഭവങ്ങൾ വാങ്ങിക്കഴിക്കൽ പതിവാക്കിയ ബസ്സിന്റെ ഡ്രൈവറും കണ്ടക്ടറും ക്ലീനറും ഉച്ച മുറുകുന്നതിന്നല്പം മുമ്പ് കേളപ്പന്റെ ചായപ്പീടിക മുന്നിലെത്തും എന്നുറപ്പുള്ളവർ, ഞങ്ങൾ കൊയിലാണ്ടിക്കാർ, ബസ്സും കാത്ത് മറ്റെവിടെയും ചെന്ന് നിൽക്കാറില്ല. ബസ്സ്റ്റാന്റ് ആവാത്ത ബസ്സ്റ്റാന്റ്–

ഉച്ചയ്ക്ക് കോഴിക്കോട്ടെത്തണമെന്ന് നിർബന്ധമുള്ളവർ, ഗോപിയേട്ടന്റെ വടകര കോഴിക്കോട് ബസ്സിന്റെ നേരം കണക്കാക്കി കേളപ്പന്റെ ചായപ്പീടിക ഇറയത്ത് വന്നെത്തുന്നു. ഓടിക്കിതച്ച് കോഴിക്കോട്ടെത്തുമ്പോഴേക്കും ലക്കി ഹോട്ടലിലെ ചോറും കറിയും തീർന്ന് നെയ്ച്ചോറിലേക്കും ബിരിയാണിയിലേക്കും സപ്ലൈക്കാർ തിരിഞ്ഞുപോകും എന്ന ആശങ്കയുള്ളവർ കേളപ്പന്റെ പീടികയിൽ നിന്നു തന്നെ വയറ് നിറയെ ഇറച്ചിക്കറിയും പൊറാട്ടയും അതല്ലെങ്കിൽ ചെറുപയറ് കറിയും പിട്ടും വാങ്ങിക്കഴിക്കുന്നു. ഭക്ഷണപ്രക്രിയ കീശയിലെ കാശിന്റെ ചിത്രം

പോലെയാവാമല്ലോ. ചെറുപയറു കറിയും വളരെ മികച്ചതു തന്നെയാണ്. 'മെഹബു' പറഞ്ഞാൽ നീണ്ടുപോകും...

പച്ചക്കായ നുറുക്കുകൾ വെന്ത് മലർന്ന ചെറുപയറ് കറിക്ക് പ്രത്യേക മായ രുചിയുണ്ടാക്കുന്നു. കേളപ്പന്റെ ചായപ്പീടികയിൽ ചില പ്രത്യേക സന്ദർഭങ്ങളിൽ വിളമ്പിക്കിട്ടുന്ന 'ബോട്ടിക്കറി'യുടെ 'മജയും' മറക്കാനാ വുകയില്ല. ബോട്ടിക്കറി കിട്ടണമെങ്കിൽ സന്ധ്യാനേരത്ത് ചെല്ലുന്നതാണ് വിശേഷം. നല്ല ആട്ടിന്റെ ചെറുകുടൽനുറുക്കുകൾ ചൂടുവെള്ളത്തിൽ കഴുകിക്കഴുകി അഴുക്കെല്ലാം കളഞ്ഞ് ശുദ്ധമാക്കിയത് ഇറച്ചി മസാല യിൽ നുറുക്കിയിട്ട് കുഴച്ച് മൂത്ത പച്ചക്കായയുടെ നുറുക്കുകൾ യഥേഷ്ട മിട്ടു കലർത്തി വെളിച്ചെണ്ണയിലും ചെറിയ ഉള്ളിയിലും വറുത്തരച്ച കൊത്തമ്പാരിയും തേങ്ങയും വെണ്ണപോലെ പിന്നേയും അരച്ചുരുട്ടിയ കുഴമ്പിൽ പാകപ്പെടുത്തിയെടുക്കുന്നതാണ് കേമമായ ബോട്ടിക്കറി. ചൂടുള്ള ബോട്ടിക്കറിയും ചൂടുള്ള വെള്ളപ്പവും നല്ല കടുപ്പം കൂടിയ ചായയും ഒന്നിച്ചകത്താക്കി ഏമ്പക്കമിട്ടു പുറത്തിറങ്ങിയാൽ ആ സന്ധ്യ യിലെ അങ്ങാടിപ്പരിസരവും ഹൈസ്കൂൾ മൈതാനവും അതിമനോഹ രമായ ഒരു കാഴ്ചാനുഭവമായിരിക്കും തരിക.

കേളപ്പന്റെ പീടികയിറയത്ത് ഇത്യാദി അന്നവിചാരങ്ങളുമായി നിൽക്കു മ്പോഴാവും എന്നത്തേയും പോലെ സി.സി. കമ്പനി വക ഗോപിയേട്ടന്റെ ബസ്സു വന്നുനിൽക്കുക. ഉച്ചമുറുകും മുമ്പ് കോഴിക്കോട്ടെത്തണമെന്ന പൂതിയോടെ എത്തിപ്പെടുന്ന ഞങ്ങൾ എല്ലാവർക്കും യാത്രയിടം നൽകി ബസ് പതുക്കെ ഏമ്പക്കമിട്ടുകൊണ്ട് പുറപ്പെടുന്നു. ഫുട്ബോൾ ടൂർണ മെന്റ് ലഹരി. അതുവരെ നടന്ന മത്സരക്കളികളുടെ വിവരണമായിരിക്കും ബസ്സിലാകപ്പാടെ...

കോഴിക്കോട്ട് ബസ് സ്റ്റാന്റ് അക്കാലത്ത് മാതൃഭൂമി പത്രമാഫീസിന്റ തൊട്ടടുത്ത് തെക്ക് ഭാഗത്താണ്. റോബിൻസൺ റോഡിലാണ് ബസ്സു കൾ വന്നുനിൽക്കുന്ന ഇടം. എന്നാൽ ഗോപിയേട്ടന്റെ സി.സി. ബസ്സ് തൊട്ടുവടക്ക് കോർട്ട് റോഡിന്റെ അപ്പുറത്തായുള്ള സി.സി. കമ്പനി ക്കാരുടെ വലിയ നെടുമ്പുരയിലാണ് വന്നു നിർത്തിയിടുക. സി.സി. കമ്പനിക്കാരുടെ വകയായുള്ളതാണ് ആ നെടുമ്പുര. മാതൃഭൂമി പത്ര മാഫീസിൽ നിന്ന് നോക്കിയാൽ കാണാവുന്നിടം.

അവിടെയിറങ്ങി കോർട്ട്റോഡിലൂടെ കിഴക്കോട്ടിത്തിരി നടന്നാൽ റെയിൽവേ ഗെയിറ്റ്. അതിന്നപ്പുറം നീളുന്ന കോർട്ട്റോഡിലൂടെ ധൃതി യിൽ നടന്നാൽ മിഠായിത്തെരുവിന്റെ സന്തിലെത്താം. വൈറ്റ്ഷോപ്പ് എന്ന പേരിലോ മറ്റോ വലിയ ഒരു തുണിപ്പീടികയാണ് തിരിവിലുള്ളത്. പാറൺ ടൂത്ത് കമ്പനി വക വലിയ ഒരു കെട്ടിടം. തൊട്ടപ്പുറത്തായി കണ്ണൂർ ഷോപ്പുകാരുടെ തുണിക്കടകൾ. പാറൺ കമ്പനിക്കാരുടെയും ഹുസൈൻ സാഹിബ് സ്റ്റേഷനറി മാർട്ടിന്റേയും പങ്കജ് തുണിഷാപ്പിന്റേയും മധ്യേ യുള്ള വിശാലമായ ഇടനാഴിപ്പീടികകൾക്കിടയിൽ രാധാ തിയേറ്റർ. രാധാ

പിക്ചർ പാലസ്. തൊട്ടരികിലെ കമാനാകൃതിയിൽ പേര് എഴുതി പ്രദർശിപ്പിക്കുന്ന ആര്യഭവൻ ഹോട്ടലിന്റെ കണ്ണാടി വാതിലുകൾ. അരികെ അവരുടെ തന്നെ ഹോട്ടലിന്റെ പ്രത്യേകമായ ഹോട്ടൽ മുറികൾ. ബോർഡിങ്ങ് ലോർഡ്ജ് മുറ്റത്ത് നടുത്തളമായി ഒരു ഉദ്യാനം. ജലധാരായന്ത്രങ്ങൾ വെള്ളം തളിക്കുന്ന ഒരു പ്രതിമയ്ക്ക് ചുറ്റും അലങ്കാരച്ചെടികൾ. ബോഗൻവില്ലയുടെ ചുകപ്പും വെള്ളയും മഞ്ഞയും പൂക്കൾ സമൃദ്ധമായി വിരിഞ്ഞ് മലർന്ന് പന്തൽ കണക്ക് പടർന്ന തണുപ്പാർന്ന ഇടം. ടൗണിന് ഒത്തനടുവിലെ തണുപ്പാർന്ന മുറ്റം ചവിട്ടി ആര്യഭവൻ ഹോട്ടലിൽ ചെന്നിരുന്നാൽ തൂശനിലയിൽ വിളമ്പുന്ന പച്ചക്കറിയുണ്ണു കഴിക്കാം. ഗുജറാത്തി മീൽസ് രുചിക്കാം. അതല്ലെങ്കിൽ മിഠായിത്തെരുവിന്റെ യറ്റത്തെ ലക്കിഹോട്ടലിൽ ചെന്നിരുന്ന് അര പ്ലേറ്റ് ബിരിയാണിയോ നെയ്ച്ചോറോ ശാപ്പിടാം. പക്ഷേ അതൊന്നും ആയിരുന്നില്ലല്ലോ ലക്ഷ്യം.

ഹജൂരാഫീസിന്റെ തൊട്ടുമുന്നിൽ സത്രംവകയെടുപ്പിൽ പല നാടുകളിൽ നിന്നും വന്ന കളിക്കാർ പന്ത് തട്ടിക്കളിക്കുന്നത് കാണാം. ടൂർണമെന്റ് മൈതാനത്ത് പ്രത്യേകം കെട്ടിയുണ്ടാക്കിയ ഓലമറയ്ക്കകത്തെ വിശാലമായ കളിസ്ഥലത്ത് മത്സരിച്ചു കളിക്കുന്നത് കാണാനാണല്ലോ ഞങ്ങളൊക്കെ എത്തിപ്പെടുന്നത്. ഞങ്ങൾ കൊയിലാണ്ടിക്കാർ മാത്രമല്ല മലബാറിന്റെ പല പല ദിക്കുകളിൽ നിന്നും കാറിലും ബസ്സിലുമായി വന്നുകൂടിയ ഒരുപാടാളുകൾ തടിച്ചുകൂടുന്ന ടൂർണമെന്റ് ഏതാനും ദിവസങ്ങളായി കോഴിക്കോട്ട് നടന്നുവരുന്നുണ്ടല്ലോ.

മൈതാനം ചുറ്റിലും ഓലമെടഞ്ഞ് കെട്ടി മറച്ച് ഭദ്രമാക്കിയിട്ടുണ്ട്. അകത്ത് ആൾക്കാർക്ക് കളി കാണുവാൻ തക്കവണ്ണം ഇരിപ്പിടങ്ങളും മുളപ്പടവുകൾ കെട്ടി പലക നിരത്തി ഗാലറിയും സജ്ജമാക്കിയിട്ടുണ്ട്.

ഓരോരോ ദിക്കുകളിൽ നിന്നും എത്തുന്ന പന്തുകളി വിദഗ്ധന്മാർ തങ്ങളുടെ മിടുക്കും മെയ്വഴക്കവുമനുസരിച്ച് പന്ത് കളിച്ച് മത്സരിച്ച് ജയം നേടുന്നു. കോഴിക്കോട് പട്ടണത്തിൽ നടത്തപ്പെടുന്ന ആദ്യത്തെ പന്ത് കളിമത്സരം. മുഹമ്മദബ്ദുറഹിമാൻ സ്മാരക ടൂർണമെന്റ്. അതേക്കുറിച്ചുള്ള ചുടുള്ള വാർത്തകൾ, മത്സരം കണ്ട് ഇറങ്ങിയ ആൾക്കാരുടെ നാവുകളിൽ നിന്നും അടുത്ത ദിവസം ഇറങ്ങുന്ന പത്രങ്ങളിൽ നിന്നും വിശദമായി വായിച്ച് തലയിൽ ഫുട്ബോൾ ലഹരി കയറിയ കാലമാണ്. എങ്ങനെയെങ്കിലും ടൂർണമെന്റ് കാണാനുള്ള മനസ്സുമായി വീട്ടിൽ നിന്നു കിട്ടാവുന്നതൊക്കെ തപ്പിപ്പെറുക്കി കീശയിലാക്കി പുറപ്പെടുന്ന കൂട്ടുകാർക്കൊപ്പം ഞാനും ടൂർണമെന്റ് തീരുംവരെ മത്സരം കാണണമെന്ന പൂതിയും വെച്ച് ഇറങ്ങുന്നു. ഓരോ ദിവസവും രാവിലെ വായിച്ച പത്രവാർത്തയിലൂടെ ലഭ്യമായ കളിവിജ്ഞാനം കൂട്ടുകാരോടൊക്കെ പങ്കുവെച്ചാണ് യാത്രകൾ...

മുഹമ്മദബ്ദുറഹിമാൻ മെമ്മോറിയൽ ടൂർണമെന്റ് കാണാനുള്ള ടിക്കറ്റ് സംഘടിപ്പിക്കലാണ് ടൗണിലെത്തിയാലുടനെ ആരംഭിക്കുക. ടിക്കറ്റ്

കീശയിലാക്കി കഴിഞ്ഞാൽ പിന്നെ പേടിക്കേണ്ട. പതിവനുസരിച്ച് വായന ശാലയിൽ ചെന്നിരിക്കാം. അല്ലെങ്കിൽ തലേദിവസം കളിച്ച മിടുക്കന്മാർ ഇരുന്ന് വിശ്രമിക്കുകയോ വർത്തമാനം പറഞ്ഞ് സല്ലപിക്കുകയോ, അന്നന്നത്തെ കളികൾക്കനുസൃതമായ അടവുകൾ എന്തൊക്കെയെന്ന് കളിയുടെ ക്യാപ്റ്റനുമായി ചർച്ച ചെയ്യുകയോ ശീട്ടുകളിക്കുകയോ ചെയ്ത് നേരം പോക്കുന്ന കളിക്കാരെ ജീവനോടെ കാണാം.

സത്രം വളപ്പിൽ കൂട്ടംകൂടി നിൽക്കുന്ന കുട്ടികൾക്കിടയിൽ ചെന്നു നിൽക്കാം. ഞാൻ അതിനൊന്നിനും നിൽക്കാതെ നേരെ ചന്ദ്രിക പത്ര ത്തിന്റെ ആപ്പീസിലേക്കാണ് ചെല്ലുക. അവിടെ ഏണിപ്പടവുകൾ കയറി മുകളിലെത്തിയാൽ സഹപത്രാധിപന്മാരിരുന്ന് എന്തൊക്കെയോ കുത്തി ക്കുറിക്കുന്ന മേശയ്ക്ക് ചുറ്റുമുള്ള ആൾക്കാരെയൊന്നും എനിക്ക് കാണേണ്ട കാര്യമില്ല. ഏണിപ്പടിയുടെ കിഴക്ക് ഭാഗത്തെ ഒരു മുറിയിൽ എനിക്ക് കാണേണ്ട ആൾ മേശപ്പുറത്തെ കടലാസുകെട്ടുകളിൽ കണ്ണും നട്ടു കുനിഞ്ഞിരിപ്പുണ്ട്. പി.എ മുഹമ്മദ്കോയ. എന്നെ കണ്ടാലുടനെ ഒന്നു ചിരിക്കും, മേശപ്പുറത്ത് നിന്നെടുക്കുന്ന കടലാസ്സിൽ നോക്കി ക്കൊണ്ടുതന്നെ. പിന്നെയുള്ള വർത്തമാനം അധികവും ഫുട്ബോൾ കളിയെക്കുറിച്ചാണ്.

അന്ന് രാവിലെയിറങ്ങിയ ചന്ദ്രിക ദിനപത്രത്തിലെ സ്പോർട്സ് റിപ്പോർട്ടുകൾ എനിക്ക് ഹൃദിസ്ഥമായിരിക്കും. എന്റെ ഫുട്ബോൾ കമ്പം മനസ്സിലാക്കതൊനംവരെ നടക്കുന്നു. കളിവിശേഷങ്ങൾ വള്ളിപുള്ളി വിടാതെ പറഞ്ഞ് എന്നെ കേൾപ്പിക്കാറുള്ള പി.എ മുഹമ്മദ് കോയ....

ഗാലറിയിലാണ് അക്കാലത്ത് ഞങ്ങൾ നിത്യേന ഇരുന്ന് കളി കാണാറ്. തിരക്കുള്ള ദിവസമാണെങ്കിൽ ചന്ദ്രികയിലേക്കും വായനശാല യിലേക്കുമുള്ള സന്ദർശനങ്ങൾക്ക് നിൽക്കാതെ ഉച്ച താഴുന്ന നേരത്ത് തന്നെ ഗാലറിക്ക് മുകളിൽ കയറിയിരിക്കുന്നു. ഗാലറിയിലിരുന്നാൽ കളി കാണാൻ വരുന്ന മുഴുവൻ ആൾക്കാരേയും കാണാം.

കസേലകൾ നിരത്തിയിട്ട് മുൻ വരിയുടെ ചൂടിപ്പടം വിരിച്ച് നടവഴി യിലൂടെ മൈതാനിയിൽ പ്രവേശിക്കുന്നവരെ നോക്കിയിരിക്കുക എന്റെ യൊരു കമ്പമായിരുന്നു. അക്കാലത്തെ, ഞാൻ മനസ്സുകൊണ്ട് ബഹു മാനിച്ച് ആദരിക്കുന്ന വ്യക്തികൾ ഗെയിറ്റ് കടന്നുവരുന്ന കാഴ്ച വല്ലാത്ത ഒരു ഉൾപ്പുളകത്തോടെയാണ് നോക്കിയിരിക്കാറ്. മുഹമ്മദബ്ദുറഹിമാൻ സ്മാരക ഫുട്ബോൾ ടൂർണമെന്റിന്റെ ആസൂത്രകനായിരുന്ന അബുക്ക (അവുക്കാക്കയെന്ന് വിളിക്കുന്ന ആൾ) ഇടതു കയ്യിൽ ഒരു സിഗരറ്റ് ടിന്നും പിടിച്ച് തല ചരിച്ച് നടന്നുവരുന്നത് മനസ്സിലിന്നും മായാക്കാഴ്ചയാണ്. മുഴുകയ്യൻ വെള്ള ഷർട്ടിന്റെ കോളർ കഴുത്തിനു കവചംപോലെ ഉയർന്നു നിൽക്കുന്ന ചിത്രം. നീണ്ട ളോഹയുടെ വിടർന്ന മാറിടത്തിൽ തൂങ്ങി യാടുന്ന കുരിശിന്റെ കറുത്ത ചരടിൽ കോർത്ത മാല, ഫാദർ വർഗോട്ട ണിയുടെ തെളിഞ്ഞ രൂപം മനസ്സിൽ മായാതെയുണ്ട്. പരവതാനിയിലൂടെ

ധൃതിയിൽ നടന്നുവരുന്ന മനുഷ്യൻ ആരാണെന്ന് അക്കാലത്ത് എനിക്കറിയില്ലായിരുന്നു. (പിൽക്കാലത്ത് കോഴിക്കോടൻ സദസ്സുകളിൽ കാരുണ്യം വിതറി അദ്ദേഹം പങ്കെടുക്കുന്നത് നിത്യകാഴ്ചയായപ്പോൾ ഫുട്ബോൾ കമ്പക്കാരനായ ആ മനുഷ്യൻ എനിക്കും സുപരിചിതനായി. എന്റെ ഭാഗ്യം). പ്രസംഗവേദികളിൽ തെളിഞ്ഞ മലയാളത്തിൽ ഗദ്യകവിതയുടെ ഈണത്തിൽ പ്രസംഗങ്ങൾ ചെയ്ത് എന്റെ ചെറുപ്പത്തെ ഉന്മാദത്തിലാക്കിയ പി.പി ഉമ്മർകോയ. അങ്ങനെ കോഴിക്കോട്ടെ പ്രമാണപ്പെട്ട എത്ര പേർ മൈതാനത്തിലെ ഫുട്ബോൾ മത്സരം കാണാനായി മാത്രം സായാഹ്നങ്ങളിൽ എത്തിപ്പെടുന്നു.

നിറഞ്ഞുകവിയുന്ന കളിസദസ്സിന്റെ മുൻനിരയിൽ ഇരിപ്പുറപ്പിക്കാൻ വൈകുന്നേരം എത്തിച്ചേരുന്ന വലിയങ്ങാടി ബജാറിലെ വമ്പൻ കച്ചവടക്കാർ. കോളജ് വാധ്യാന്മാർ. മനസ്സിൽ ഇപ്പോഴും തെളിഞ്ഞുനിൽക്കുന്ന മറ്റൊരു മായാചിത്രം കളി റിപ്പോർട്ട് ചെയ്യാനും ടൂർണമെന്റ് നടത്തിപ്പ് നോക്കി വിലയിരുത്താനും എത്തുന്ന പി.എ മുഹമ്മദ് കോയ. ഫുൾകയ്യൻ ഷർട്ട് അറ്റം മാത്രം തെറുത്ത് കയറ്റി, കാക്കി നിറമുള്ള പാന്റും ധരിച്ച് മൈതാനനടുവിലെ കളിക്കാരോടും നടത്തിപ്പുകാരോടും കുശലം പറഞ്ഞ് പി.എ വരുന്നു. കളിചുമതലക്കാരൻ അവുക്കയെന്ന അബൂബക്കർക്കായോട് വർത്തമാനം പറയുന്നു. അപ്രകാരം മനസ്സിൽ തെളിവൂറി നിൽപ്പുള്ള ചിത്രം കയ്യും കലാശവും കാണിച്ച് ഒപ്പം വരുന്ന കൂട്ടുകാരോട് വർത്തമാനം പറഞ്ഞ് പതുക്കെപ്പതുക്കെ നടന്നടുക്കുന്ന വിംസി എന്ന വി.എം ബാലചന്ദ്രനാണ്. മാതൃഭൂമിയിൽ അക്കാലം തൊട്ടേ വിംസിയുടെ സ്പോർട്സ് ലേഖനങ്ങൾ വന്നിരുന്നോയെന്ന് എനിക്ക് സംശയമുണ്ട്. ആദ്യം ആരംഭിച്ച മുഹമ്മദബ്ദുറഹിമാൻ സ്മാരക ടൂർണമെന്റിൽ വിശദരൂപത്തിലുള്ള കളിയെഴുത്ത് പ്രസിദ്ധപ്പെടുത്തിയിരുന്നുവോ എന്നോർക്കുന്നില്ല.

ഏതായാലും കളി കാണാനെത്തുന്ന ആളെ എനിക്കറിയാമായിരുന്നു. വി.എം ബാലചന്ദ്രൻ എന്ന മാതൃഭൂമി സഹപത്രാധിപർ- വൈകുന്നേരങ്ങളിൽ പന്തലായിനി തീവണ്ടിയാപ്പീസിൽ വണ്ടിയിറങ്ങി നടന്നുവരുന്നത് കണ്ട ഓർമയുണ്ട്. വൈകുന്നേരങ്ങളിൽ ഹൈസ്ക്കൂൾ മൈതാനത്ത് കൂട്ടുകാർക്കൊപ്പം സൊറപറഞ്ഞു നിൽക്കുന്നത് മനസ്സിലെ ഓർമ്മച്ചിത്രമാണ്. വി.എം ബാലചന്ദ്രന് കൊയിലാണ്ടിയിൽ കുടുംബവീടുകൾ ഉണ്ടായിരുന്നുവോ എന്ന് നിശ്ചയമില്ല. എങ്കിലും ഒഴിവ് ദിവസങ്ങളിൽ, ശനി, ഞായർ ദിവസങ്ങളിൽ, മുടക്കം കൂടാതെ ബാലചന്ദ്രൻ, കൊയിലാണ്ടി ഹൈസ്ക്കൂൾ മൈതാനിയിൽ കൂട്ടുകാരെ തേടിവരുമായിരുന്നു. അടുത്ത കൂട്ടുകാരെയും എനിക്കറിയാം.

നിത്യേന രാവിലെ കോഴിക്കോട്ടേക്ക് മുടക്കം കൂടാതെ യാത്ര പോകുന്ന സോമേട്ടനാണ് ഒരാൾ. സോമു എന്ന് സുഹൃത്തുക്കൾ ചുരുക്കി വിളിക്കുന്ന സോമൻ കോഴിക്കോട് കോടതിയിലെ ഉദ്യോഗസ്ഥനാണ്.

ഉദ്യോഗസംബന്ധമാണ് അദ്ദേഹത്തിന്റെ യാത്ര. അതുപോലെ ഞങ്ങൾ ഹൈസ്കൂൾ കുട്ടികൾ സ്ഫടികം എന്നു വിളിക്കുന്ന മെലിഞ്ഞുനീണ്ട ആൾ. കോഴിക്കോട് റെയിൽവേ സ്റ്റേഷനിലാണ് അദ്ദേഹം ജോലി ചെയ്തിരുന്നത്. മറ്റൊരാൾ എം.സി ഗോപാലൻ. പഴയകാലത്ത് ആനു കാലികങ്ങളിൽ എഴുതാറുള്ള വ്യക്തി. ഇംഗ്ലീഷിലും മലയാളത്തിലും അദ്ദേഹത്തിന്റെ ലേഖനങ്ങൾ പ്രത്യക്ഷപ്പെട്ടിട്ടുണ്ട്. സോഷ്യലിസ്റ്റ് പാർട്ടി ക്കാരനായ വ്യക്തി, കെ.ബി മേനോന്റെയും ജയപ്രകാശിന്റെയും കൃപലാനിയുടേയും അനുചരൻ. ഇവരെല്ലാമാണ് ഹൈസ്ക്കൂൾ മൈതാ നത്തിലെ ഒഴിവു ദിവസം വൈകുന്നേരങ്ങൾ.

ഹൈസ്കൂൾ മൈതാനത്തിൽ ഒത്തുകൂടുന്ന വ്യക്തികൾ 'കളിക്കുന്ന' കളിയായിട്ടാണ് ജീവിതത്തിലാദ്യമായി ഞാൻ ക്രിക്കറ്റ് കളി കാണുന്നത്. ക്രിക്കറ്റ് ബാറ്റേന്തിനിൽക്കുന്ന വി.എം ബാലചന്ദ്രൻ. മൈതാനത്തിൽ കാൽനാട്ടി നെറ്റ് കെട്ടി ബാഡ്മിന്റൻ കളിക്കുന്നതും പലതവണ കണ്ടി ട്ടുണ്ട്. ക്രിക്കറ്റ് ബാറ്റ് ഏന്തി ഒരാൾ പന്ത് തട്ടുന്നതും മറ്റുള്ളവർ പന്തെ റിഞ്ഞ് കൊടുക്കുന്നതും ഒരു കാഴ്ചയായിരുന്നു. ആ കാഴ്ച സമ്മാനിച്ച വ്യക്തിയാണല്ലോ വി.എം ബാലചന്ദ്രൻ. മനസ്സിൽ തങ്ങിനിൽക്കുന്ന വ്യക്തി. മാനാഞ്ചിറ മൈതാനത്തിലെ കളിക്കാർ പന്ത് തട്ടിക്കളിച്ച് മത്സരി ക്കുന്ന കാഴ്ച കാൺമാൻ മുപ്പരും എത്തുന്നുണ്ടല്ലോ.

പെട്ടെന്ന് വിസിൽ മുഴങ്ങി. അന്ന് ബാംഗ്ലൂർ എച്ച്.എൽ.എ. ടീമും കണ്ണൂ രിലെ ലക്കിസ്റ്റാർ ക്ലബ്ബും തമ്മിലാവണം മത്സരം. ആർ തമ്മിലായിരുന്നു മത്സരങ്ങൾ എന്നത് ഓർമയിലില്ല. പക്ഷേ ബാംഗ്ലൂരിൽ നിന്നും പന്തു കളിക്കാനെത്തിയ പ്രഗദ്ഭമതികളായ കളിക്കാർ. നാട്ടിന്റെ പല ഭാഗങ്ങ ളിൽ നിന്നായി എത്തിച്ചേരുന്ന ഫുട്ബോൾ മത്സരങ്ങളുടെ സമ്പന്ന സൗഹൃദങ്ങൾ. പാക്കിസ്ഥാൻ കളിക്കാർ വരുന്ന ദിവസങ്ങളിൽ മൈ താനം നിറഞ്ഞ് വിങ്ങുന്ന ആവേശക്കൂട്ടങ്ങൾ... മനസ്സിന്റെ മായ്ക്ക പ്പെടാത്ത ഏടുകളിൽ ചില പേരുകൾ തിളങ്ങിയൂറിക്കിടപ്പുണ്ടല്ലോ. പുരു ഷോത്തമൻ എന്ന കണ്ണൂരിലെ ഫുട്ബോൾ ഗോളി. ബാംഗ്ലൂരിൽ നിന്നും വന്ന ഒളിമ്പ്യൻ മുഹമ്മദ് ബഷീർ...

തെങ്ങോല മെടഞ്ഞ ഓലപ്പാളികളാൽ ചുറ്റും ചുറ്റപ്പെട്ട മാനാഞ്ചിറ മൈതാനം. മരപ്പലകകൾ മേൽക്കുമേൽ നിരത്തി മുളങ്കാലുകളാൽ സുദൃഢമാക്കിയ തട്ടുകളാൽ അതിവിരുതോടെ പണിത ഗാലറി. കളി കാണാനായി നിത്യേനയെന്നോണം ഉച്ചതിരിയുന്നതോടെ കോഴിക്കോട്ട് എത്തിപ്പെടുന്ന ബാല്യം. മധുരകിന്നര സ്വപ്നങ്ങളിൽ മുച്ചൂടും മാനാഞ്ചിറ മൈതാനത്തിലെ പന്തുകളിയാരവങ്ങൾ നിറഞ്ഞുതുളുമ്പിയ ആ കാലം... എത്ര അകലെ... അല്ല, എത്രയരികെ...

■

ജോസഫേട്ടന്റെ 'ഖുംടി' കടയും സി.ജെ. തോമസും

കോഴിക്കോട്ട് എന്റെ നിത്യവരവുകൾ ഏറിയകാലം. ഒരു ശനിയാഴ്ച കോഴിക്കോട്ട് തങ്ങിയാൽ, കകോ കവി പറഞ്ഞതനുസരിച്ച് വളരെ പ്രധാനപ്പെട്ട ഒരു സാഹിത്യ സദസ്സിൽ പങ്കെടുക്കാനാവും. സാഹിത്യ സമ്മേളനം അഥവാ മുഷിപ്പിക്കുമെങ്കിൽ നാട്ടിലേക്ക് തിരിച്ചുപോരുകയും ചെയ്യാം. അല്ലെങ്കിൽ മൂന്നു തിയേറ്ററുകളിൽ മൂന്ന് സിനിമ! ഒട്ടും മുഷിയില്ല...

കോഴിക്കോട് രാപാർക്കാൻ എനിക്ക് ബുദ്ധിമുട്ടില്ല. പ്രിയ സുഹൃത്ത് കെ.പി. കുഞ്ഞമ്മദിന്റെ പിതാവിന് കോഴിക്കോട് വലിയങ്ങാടിയിൽ കെങ്കേമൻ അരിക്കച്ചവടമുണ്ട്. അവന്റെ പിതാവും പീടികയിലെ 'റൈറ്റർമാരിൽ' ചിലരും മൂപ്പരുടെ ബന്ധുക്കളായ വേറെയാൾക്കാരും കൊയിലാണ്ടിയിലേക്ക് തിരിച്ചു പോകാതിരിക്കുന്ന ദിവസങ്ങളിൽ അന്തിപാർക്കാൻ ഹലുവാ ബസാറിലെ ഒരു പീടികയുടെ മാളികയിൽ സജ്ജമായൊരുക്കിയ വിശാലമായ മുറിയിലേക്കാണ് പോവുക. നല്ല സൗകര്യമുള്ളയിടം. കിടക്കുന്നേടത്ത് യഥേഷ്ടം കാറ്റ് കിട്ടാൻ സദാ കറങ്ങുന്ന പങ്ക. കുളി മുറിയും വസ്ത്രം മാറ്റാൻ പ്രത്യേക മുറിയുമെല്ലാമുണ്ട്. കുഞ്ഞമ്മദ് ആഴ്ചയിൽ മിക്കവാറും ഒന്നോ രണ്ടോ ദിവസം അവിടെ തങ്ങാനും, കോഴിക്കോട്ടെ തിയേറ്ററുകളിൽ നിന്ന് മനസ്സറിഞ്ഞ് സിനിമ കാണാനും എത്താറുണ്ട്. അവൻ എത്തുന്ന ദിവസവും നേരവുമൊക്കെ ബഹുകൃത്യമായി എനിക്കറിയാം. പലകുറി അവർ എന്നെ പാണ്ട്യാലമുകളിലെ മുറിയിലേക്ക് ക്ഷണിച്ചിട്ടുമുണ്ട്. ഞങ്ങളവിടെ രാപാർത്ത് 'കുത്തുഹലമാടി'യിട്ടുണ്ട്. ശനിയാഴ്ച കോഴിക്കോട്ട് തങ്ങുന്ന കാര്യം ഞാനവനോട് പറഞ്ഞിരുന്നു. കകോ കവി അറിയിച്ച കാര്യം അവനത്ര ദഹിച്ചിട്ടില്ല. 'നിന്റെയൊരു സാഹിത്യം' എന്നുപറഞ്ഞ് അവനത് തള്ളി. "ചെല്ല് ചെല്ല് സാഹിത്യം കേട്ടു കേട്ട് നിന്റെ തല തണുക്കട്ടെ ചെല്ല്–" പീടികയിലെ റൈറ്റർമാരും ദല്ലാളിമാരും ഉക്രാണിപ്പിരിവുകാരും അവന്റെ തമാശയാസ്വദിച്ചിരിക്കാം.

ഹജൂരാഫീസിനടുത്തുള്ള വായനശാലയിൽ കകോ കവിയുണ്ടായിരുന്നു. ഞങ്ങൾ രണ്ടാളും കോമൺവെൽത്ത് കമ്പനിയുടെ മുന്നിലൂടെ

പതുക്കെ നടന്നു. ക്രൗൺ തിയേറ്ററും ടൗൺഹാളും സന്ധിക്കുന്ന മൂല യ്ക്കൽ, ആനക്കുളം ഇടവഴിയുടെ കിഴക്കേ ആരംഭത്തിൽ ക്രൗൺ തിയേ റ്ററിന്റെ കിഴക്ക് വടക്കേ കോണിൽ സോഡയും ലമനേഡും ഓറഞ്ച് ക്രഷും മുറുക്കാൻകോപ്പുകളും സിഗരറ്റ് ബീഡി, ബീഡ എന്നിത്യാദി കളും വിൽക്കുന്ന ഒരു 'ഖുംടി' കടയുണ്ട്. കടയുടെ മുൻഭാഗത്ത് നിറയെ തൂക്കിയിട്ട പത്രമാസികാദിവിഭവങ്ങൾ വേറേയും. ടൗൺഹാളിന്റെ ഗെയിറ്റിന് തൊട്ടു മുന്നിലുള്ള ആ ഖുംടിക്കടയിലേക്ക് എന്നെ കകോ കവി കൂട്ടിക്കൊണ്ടുചെന്നു. തൂങ്ങുന്ന മാസികകളിൽ ചികഞ്ഞ് ചിലത് പരിശോധിക്കുന്നതിനിടയിൽ കകോ കവി ചോദിച്ചു: "ജോസഫേട്ടന്റെ ഒരു നാരങ്ങാ സർബത്തായാലെന്താ? ഞാൻ ചായകുടി നിർത്തി. ഖാദർ സാഹിബിന് നാരങ്ങാ സർബത്ത്. എനിക്കൊരു സോഡാ സർബത്ത്-ഒരു ഫുൾ നാരങ്ങ മുഴുവൻ പിഴിഞ്ഞ്" ഐസ് കഷ്ണങ്ങൾ രാകിച്ചേർത്ത നാരങ്ങാ പിഴിഞ്ഞ നന്നാറി സർബത്ത് എനിക്ക് നന്നായി രുചിച്ചു. കകോ കവി സോഡയും നാരങ്ങയും ചേർത്ത് സർബത്താണ് അകത്താക്കി യത്.

"കവീ, ആരാ പുതിയ ആൾ...?" ജോസഫേട്ടൻ ചോദിച്ചു.

"ഖാദർ സാഹിബ്. യു.ഏ. ഖാദർ സാഹിബ്. കൊയിലാണ്ടിക്കാരനാ. ജോസഫേട്ടൻ പരിചയപ്പെടേണ്ട ആളാ... കഥാകൃത്താ..."

മെലിഞ്ഞ് നേർത്ത ജോസഫേട്ടന്റെ തെളിവൂറുന്ന ചിരിയും കുഴി യിൽ താണ കണ്ണുകൾക്കകത്തെ തീക്ഷ്ണമായ നോട്ടപ്പാടിലെ സ്നേഹ വായ്പും പിന്നെപ്പിന്നെയാണ് എനിക്കനുഭവിക്കാനായത്. "ജോസഫേട്ടാ വരട്ടെ കാണാം" എന്നുപറഞ്ഞതല്ലാതെ ഞങ്ങൾ കുടിച്ച സർബത്തിന്റെ കാശ് കകോകവി, കൊടുത്തോ എന്ന് ഞാനറിഞ്ഞില്ല. ഞാനേതായാലും കൊടുത്തിട്ടില്ലായെന്നാണോർമ്മ.

ഇറയത്ത് തൂങ്ങിയാടുന്ന പ ത്രമാസികാദികൾക്കിടയിൽ, ചെറിയ ഖുംടിക്കടയ്ക്കകത്തെ ഇളംപ്രഭയിൽ നിന്ന് ടൗൺഹാളിന് മുന്നിലൂടെ നടന്നകലുന്ന ഞങ്ങൾ ചെറുപ്പക്കാരെ ജോസഫേട്ടൻ കൈവീശി ക്കാണിച്ച് യാത്രയാക്കുന്നു. പോകുന്ന പോക്കിൽ കകോ കവി പറയു ന്നുണ്ടായിരുന്നു.

"ജോസഫേട്ടന്റെ ഖുംടിക്കടയിൽ വൈകുന്നേരങ്ങളിൽ കോഴി ക്കോട്ടെ സകല കലാകാരന്മാരും സാഹിത്യകാരന്മാരും നാടക നടീനട ന്മാരും വന്നെത്തും. അവർ വന്നണയുന്ന ഒരു സങ്കേതമാണ് ജോസഫേ ട്ടന്റെ ഖുംടിക്കട. ആരെല്ലാം നഗരത്തിലുണ്ട് എന്ന് ജോസഫേട്ടന് കൃത്യ മായറിയാം. ടൗൺഹാളിൽ സാഹിത്യ മീറ്റിങ്ങുകൾ ഉണ്ടാവുമ്പോൾ ടൗൺഹാൾ ഗെയിറ്റിന് മുന്നിൽ എല്ലാ എഴുത്തുകാരും വന്നുകൂടി നിൽക്കുന്നു. നാടകമുണ്ടാവുമ്പോൾ നാടകകൃത്തുക്കളും നടീനടന്മാരും ഒന്നു മുറുക്കാനും പുകയ്ക്കാനും കടല മിഠായി ചവയ്ക്കാനും ജോസ ഫേട്ടൻ ഒഴിച്ചുകൊടുക്കുന്ന തണുത്ത നന്നാറി സർബത്ത് കുടിച്ച് ഹരം

പറയുവാനും ഒത്തുകൂടുന്ന മൂലയാണ്. കോഴിക്കോട്ടെ രാഷ്ട്രീയ നേതാക്കന്മാരും ജോസഫേട്ടന്റെയടുത്തെത്താറുണ്ട്. ഓരോ ഇനത്തിലുള്ള ആൾക്കാരെ കാണുമ്പോഴും അവർക്ക് കാണേണ്ട ആൾ, അവരവരുടെ ഗണത്തിലുൾപ്പെടുന്ന വ്യക്തികൾ എവിടെയെവിടെയുണ്ട് എന്ന വിശദവിവരമറിയണമെങ്കിൽ ജോസഫേട്ടനോട് ചോദിക്കണം.

ആവക വിശദാംശങ്ങൾ ഏറെയും ആദ്യ കാഴ്ചയിൽ തന്നെ എനിക്കറിയാനായത് കകോ കവിയുടെ വിവരണത്തിലൂടെയാണ്.

ഞങ്ങൾ ഹെഡ് പോസ്റ്റാഫീസിന് മുന്നിലൂടെ നടന്ന് ചന്ദ്രിക പ്രസ്സിന്നപ്പുറത്തെ വൈ.ഡബ്ല്യൂ.സി.എയുടെ കെട്ടിടത്തിനു മുന്നിലെത്തി. അതിനു മുകളിലത്തെ ചെറിയ ഹാളിലാണ് സാഹിത്യസദസ്സ്. ഗെയിറ്റിൽ ഭാഗ്യത്തിന് എനിക്ക് സുപരിചിതനായ ഒരു വ്യക്തി നിൽക്കുന്നു. കോഴിക്കോട് കണ്ണൂർ നിരത്തോരത്തിലെ വൈ.ഡബ്ല്യൂ.സി.എ. കെട്ടിടത്തിനു മുകളിലെ സാഹിത്യ സമ്മേളനത്തിൽ പങ്കെടുക്കാനാണ് എന്റെ സുഹൃത്തും വന്നെത്തിയിട്ടുള്ളത്.

എന്നെയും കകോ കവിയെയും ഒന്നിച്ചുകണ്ട ആഹ്ലാദമായിരുന്നു സുഹൃത്തിന്റെ മുഖത്താകെ. ഞാൻ ചോദിച്ചു: “ചേലനാടിനെ ഇവിടെ–?”

“ഇത് ഞാൻ അങ്ങോട്ടാ ചോദിക്കേണ്ടത്–” ചേലനാട് ഉറക്കെ ചിരിച്ചു. കൂടെ ഒരു ചോദ്യവും “കകോ കവിക്ക് ഖാദറിനെ അറിയാമല്ലേ...?”

പരസ്പരമുള്ള കുശലപ്രശ്നങ്ങൾ അധികം നീണ്ടില്ല. ചേലനാട്ട് പറഞ്ഞു: “യോഗം തുടങ്ങി. ഇപ്പോ എൻ.വി.യാ പ്രസംഗിക്കുന്നത്. സി.ജെ. തോമസും എത്തിയിട്ടുണ്ട്. ചർച്ച ഇന്ന് ചൂടാവും. എൻ.വി. വിട്ടുകൊടുക്കില്ല. എൻ.വിയെ അടിപറയിക്കാൻ സി.ജെയും വിടില്ല. സദസ്സിൽ ഉള്ളവരെല്ലാം ഗംഭീരന്മാരാ.... ഖാദറിന് എല്ലാവരേയും കാണാം. കവി ഖാദറിനെ കൊണ്ടുവന്നത് ഏതായാലും നന്നായി. ഇങ്ങനെ ഇടയ്ക്കിടയ്ക്ക് കൊയിലാണ്ടിയിൽ നിന്നും ഇവിടെ വന്നാൽ ഖാദറിന് അതൊരു ഉഷാറാവും. ഇപ്പറഞ്ഞ കൊമ്പന്മാരെ കാണുകയും കേൾക്കുകയും ചെയ്യാം. വാ നമുക്ക് മോളിലോട്ടു പോകാം–”

വൈ.ഡബ്ല്യു.സി.എ. കെട്ടിടത്തിന്റെ മുകൾനിലയിലേക്കുള്ള കോവണിപ്പടി കയറി ഞാനും കൂട്ടുകാരും അകത്ത് കയറുമ്പോൾ എൻ.വി. തന്റെ പതുപതുത്ത ശബ്ദത്തിൽ പറയാനുദ്ദേശിക്കുന്ന കാര്യങ്ങൾ മുഴുപ്പിച്ചു പറയുകയാണ്. കയ്യിൽ ചുരുട്ടിപ്പിടിച്ച കടലാസ് നിവർത്തി കൂടെക്കൂടെ അതിൽ കണ്ണോടിച്ചുകൊണ്ടാണ് പ്രസംഗം തുടരുന്നത്.

ചേലനാട്ട് ഒരു സ്വകാര്യം പറയും മട്ടിൽ ചെവിട്ടിൽ പതുക്കെപ്പറഞ്ഞു: “സാഹിത്യത്തിലെ ബാരിക്കേഡുകൾ എന്നതാണ് വിഷയം. എൻ.വി ആ വിഷയത്തിൽ ഊന്നിയാണ് സംസാരിക്കുന്നത്. സാഹിത്യത്തിലെ ബാരിക്കേഡുകൾ...''

അപ്പറഞ്ഞത് എന്റെ മനസ്സിൽ നന്നായിപ്പതിഞ്ഞു. ഞാൻ സദസ്സിലേക്ക് ആകാംക്ഷയോടെയും താത്പര്യത്തോടെയും ഏറെ അതിശയത്തോടെയും നോക്കി നോക്കിയങ്ങനെയിരുന്നു.

കകോ കവി തന്റെ മൃദുസ്വരത്തിൽ ഓരോ ആളിനേയും പരിചയപ്പെടുന്നുണ്ടായിരുന്നു. "അതാ, അവിടെയിരിക്കുന്ന ആൾ, അങ്ങേയറ്റത്ത് ജനലിന് ചോട്ടിലിരിക്കുന്ന ആൾ, അതാണ് സി.ജെ. തോമസ്. എൻ.വിയുടെ വാദഗതികളെ ഖണ്ഡിക്കേണ്ട ആൾ. അതിനപ്പുറത്ത് പി.സി. കുട്ടികൃഷ്ണൻ, തൊട്ടടുത്ത് കടവനാട് കുട്ടികൃഷ്ണൻ. അതിനുമപ്പുറത്ത് ചിത്രകാരൻ എം.വി. ദേവൻ, എം. ഗോവിന്ദൻ, ഇപ്പുറത്ത് ഇങ്ങേ തലയ്ക്കൽ കുട്ടികൃഷ്ണ മാരാർ, കെ.സി. പത്മനാഭൻ, കെ.ഗോപാലൻ, 'ചൈതന്യം പത്രത്തിന്റെ' പത്രാധിപർ, നീണ്ടുനെടുതായ ആളാണ് ദേവസ്യ തകിടിയേൽ. ദേവഗിരി കോളജിലെ പ്രൊഫസറാണ്. തൊട്ടരികെയിരിക്കുന്നത് വേറൊരു പ്രൊഫസറാണ്. ദേവസ്യയെന്നുതന്നെയാണ് പേരെന്നും പറഞ്ഞുതന്നതായോർക്കുന്നു. മുൻനിരയിൽ കൃഷ്ണവാരിയർ പ്രസംഗിക്കുന്നതിന് തൊട്ടുമുന്നിൽ അല്പം മുടന്ത് നടക്കുമ്പോൾ പ്രത്യക്ഷപ്പെടുന്ന എൻ.പി. ദാമോദരൻ. വേണുക്കുറുപ്പ്. രണ്ടു പേരും മാതൃഭൂമി പത്രത്തിൽ നിന്നും വന്നവരാണ്."

പിന്നേയും എത്രപേർ. തൊപ്പിയും തട്ടവുമെന്ന കഥാസമാഹാരത്തിന് മദിരാശി സർക്കാറിന്റെ അവാർഡ് നേടിയ എൻ.പി. മുഹമ്മദ്, ആകാശവാണിയിലെ അക്കിത്തം, കക്കാട്, കോഴിക്കോട്ടുള്ള അന്നത്തെ കേമന്മാരായ സാഹിത്യകാരന്മാരെല്ലാം കൂടിയ സദസ്സ്. എം.ജി.എസ്. നാരായണനും സി.എൻ. ശ്രീകണ്ഠൻ നായരും അന്നുണ്ടായിരുന്നുവോയെന്ന് സംശയമുണ്ട്. അരനൂറ്റാണ്ട് മുമ്പ് നടന്ന ആ സാഹിത്യ സദസ്സിൽ പിന്നെ ആരെല്ലാമുണ്ടായിരുന്നുവെന്ന് അക്കാലത്തെ കോഴിക്കോടൻ സാംസ്കാരിക സദസ്സിൽ പുതുമുഖക്കാരനായ എനിക്ക് നല്ല തിട്ടം പോര.

ഏതായാലും ആ സദസ്സിൽ എൻ.വി. കൃഷ്ണവാരിയർ അവതരിപ്പിച്ച വിഷയം 'സാഹിത്യത്തിലെ ബാരിക്കേഡുകൾ' ആയിരുന്നുവെന്നത് നല്ല ഓർമയുണ്ട്. രണ്ടുമൂന്ന് ആഴ്ചകൾക്ക് ശേഷം ആ വിഷയം ലേഖനരൂപത്തിൽ വീക്ഷണം പത്രത്തിന്റെ വാരാന്തപ്പതിപ്പിൽ അച്ചടിച്ചുവന്നിരുന്നു.

അന്നത്തെ ആ സദസ്സിൽ മിക്കവാറും എല്ലാവരും എൻ.വിയുടെ വാദഗതികളെ എതിർത്താണ് സംസാരിച്ചത്. സി.ജെ. തോമസും കുട്ടികൃഷ്ണമാരാരും, പി.സി. കുട്ടികൃഷ്ണനും അതിസമർത്ഥമായാണ് കൃഷ്ണവാരിയർ സ്ഥാപിച്ചുവച്ചതിനെയൊക്കെ തകർത്തത്. കടവനാട് കുട്ടികൃഷ്ണനും കക്കാടും എൻ.വിയെ അനുകൂലിച്ചും സംസാരിച്ചു.

എല്ലാവരും ഗോപാലേട്ടൻ എന്ന് ആദരപൂർവം വിളിക്കുന്ന കെ. ഗോപാലേട്ടൻ തന്റെ മിതമായ സ്വരത്തിൽ എൻ.വിയുടെ പ്രസംഗത്തിന് പ്രതികൂലമായ സ്വരത്തിൽ മറുപടി പറഞ്ഞു. എനിക്കാണെങ്കിൽ

ജീവിതത്തിലാദ്യമായാണ് ഇത്രയധികം പ്രഗദ്ഭന്മാർ ഒരേ സദസ്സിൽ പ്രസംഗിക്കുന്നത് കേട്ട അനുഭവം. എതിർത്തും അനുകൂലിച്ചും ഓരോരുത്തർ തങ്ങളുടെ വാദങ്ങൾ സമർത്ഥമായി അവതരിപ്പിക്കുന്നത് കേൾക്കാൻ നല്ല രസമുണ്ടായിരുന്നു.

സി.ജെ. തോമസ് അവർകളെ ജീവിതത്തിൽ ആദ്യമായും അവസാനമായും നേരിൽ കണ്ടത് ആ യോഗത്തിൽ വച്ചാണ്. (അദ്ദേഹം പത്രാധിപരായി കോട്ടയത്തുനിന്നും പ്രസിദ്ധപ്പെടുത്തിയിരുന്ന 'ഡമോക്രാറ്റ്' എന്ന പത്രത്തിൽ എന്റെയൊരു കഥ അച്ചടിച്ചു വന്നിട്ടുണ്ട്. കഥയുടെ പേര് 'സഖാവിന്റെ സന്താനം'. മദിരാശിക്കാലത്തെ അനുഭവം വച്ച് എഴുതിയ കഥ. കേരള സമാജത്തിന്റെ സാഹിതീസഖ്യത്തിൽ വായിച്ചതാണ്.)

അന്നത്തെ ആ യോഗം കഴിഞ്ഞ് തിരിച്ചു മിഠായിത്തെരുവിലേക്ക് നടക്കുമ്പോഴും ജോസഫേട്ടന്റെ ഖുംടിക്കടയുടെ മുന്നിലൂടെയാണ് ഞങ്ങൾ പോന്നത്. ടൗൺഹാളിൽ ഏതോ ഒരു നാടകസംഘത്തിന്റെ നാടകമുണ്ട്. ചേലനാട്ട് അങ്ങോട്ടാണെന്ന് പറഞ്ഞിരുന്നു. രാത്രി കോഴിക്കോട്ട് തങ്ങാൻ 'നിയ്യത്ത്' ചെയ്ത് വന്ന എനിക്ക്, അന്തിപാർക്കാൻ വലിയങ്ങാടിക്കപ്പുറത്തെ ഹൽവാ ബജാറിലെ മാളിക മുകളിൽ ചങ്ങാതിയുടെ പാർപ്പിടമുണ്ട് എന്നുറപ്പുള്ളതിനാൽ നാടകം കാണാമെന്നായി പൂതി. ചേലനാടിനാണെങ്കിൽ ഉള്ളാലെയുള്ള എന്റെ നാടകക്കമ്പത്തെക്കുറിച്ചും നേരിട്ടറിയാം.

ആ കഥ കൊയിലാണ്ടി പന്തലായിനി തീവണ്ടിയാപ്പീസിന്റെ തൊട്ടു വടക്ക് പടിഞ്ഞാറെയതിരിൽ ഒരു കലാസമിതിയുണ്ടായിരുന്നു. സായിബാബാ സംഗീത നാടക നാട്യകലാസമിതി. രാത്രിയായാൽ നാരായണൻ ഭാഗവതരും കെടാമംഗലം പപ്പുവിന്റെ നാടക സമിതിയിലും കഥാപ്രസംഗക്കൂട്ടത്തിലും ഹാർമോണിസ്റ്റായിരുന്ന സുകുമാരൻ ഭാഗവതരും അവിടെ സംഗീത 'സദിര്' നടത്താനായെത്തും. അന്തിനേരത്ത് അവർ കീർത്തനമാലപിക്കുന്നത് കേൾക്കാനും തലകുലുക്കാനും താളംതെറ്റാതെ പിടിക്കാനും ഞാനും എത്തിപ്പെടാറുണ്ട്. കർണാടക സംഗീതം കേട്ടു തലകുലുക്കാനും താളം പിടിക്കാനും എനിക്കെങ്ങനെ സാധിച്ചുവെന്ന് ഇന്നുമറിയില്ല. സായിബാബ കലാസമിതി ഒരു നാടകം അവതരിപ്പിക്കാൻ തീരുമാനിക്കുന്നു. ഒരു കൃഷ്ണമൂർത്തിയെന്ന നാടകകൃത്ത് എഴുതിയതാണ് നാടകം. സ്വാമി ബ്രഹ്മവ്രതൻ എഴുതിയ നാടകങ്ങളാണ് എല്ലാവരും അക്കാലം ഏറ്റെടുത്ത് പഠിച്ച് അരങ്ങേറാറുള്ളത്. സായിബാബ കലാസമിതിക്കാർ അദ്ദേഹത്തിന്റെ നാടകത്തിന് പകരം കൃഷ്ണമൂർത്തിയുടെ നാടകം സ്വീകരിച്ചു. നാടകം പഠിപ്പിക്കാൻ നാടകകൃത്ത് തന്നെ വരും. കൃഷ്ണമൂർത്തി സംവിധായകനായി ഒരാളെ ഏർപ്പാട് ചെയ്യാമെന്നു സമ്മതിച്ചു. അങ്ങനെ കൃഷ്ണമൂർത്തിയാണ് ചേലനാട് അവർകളെ കൂട്ടിക്കൊണ്ടുവന്നത്. ഞങ്ങൾ പരിചയപ്പെട്ടു.

ജി.എൻ. ചേലനാട് നാടകങ്ങൾ കുറെയെണ്ണം എഴുതിയ ആളാണ്. കോഴിക്കോട്ടെ രാമകൃഷ്ണമിഷൻ ഹൈസ്കൂളിലെ അധ്യാപകനാണ്. ചേലനാട് സംവിധായകനായി ആഴ്ചയിൽ മൂന്നു ദിവസം സന്ധ്യാനേരങ്ങളിൽ എത്തുന്നു.

അന്നു രാത്രി റിഹേഴ്സൽ കഴിഞ്ഞ് അവിടെ കലാസമിതിയിൽ തങ്ങി പുലർച്ചെ തീവണ്ടിക്ക് കോഴിക്കോട്ടേക്ക് തിരിച്ചുപോകുന്നു. നാടകത്തിൽ ഒരു നടന്റെ വേഷം കെട്ടുന്ന ഞാനുമായി സംവിധായകനായ ചേലനാടിന് പരിചയം ഉണ്ടായതങ്ങനെയാണ്.

നാടകത്തിൽ എന്റെ അഭിനയം നന്നായെന്നും സ്റ്റേജിൽ ശോഭിക്കുമെന്നും സംവിധായകനെന്ന നിലയ്ക്ക് ചേലനാട് പറഞ്ഞുവെങ്കിലും അരങ്ങേറ്റം കഴിഞ്ഞ്, നാടകത്തിന്റെ 'ചൊരുക്ക്' ഒക്കെ തീർന്നശേഷം ഒരുകുറി കലാസമിതിയിൽ വന്ന ചേലനാട് എന്നോട് മാത്രമായി ഒരു സ്വകാര്യം പറഞ്ഞു: "ഖാദറ് നാടകത്തിൽ നന്നായി അഭിനയിക്കുന്നുണ്ട്. നല്ല നടനുള്ള പ്രൈസ് ഹൈസ്കൂൾ നാടകത്തിൽ വാങ്ങിയ ആളാണല്ലോ. എന്നാൽ പറയുന്നതുകൊണ്ട് അലോഗ്യം തോന്നരുത്. ഖാദറിന്റെ മുഖം നമ്മളെ ഇവിടുത്തെ നാടകത്തിന് അത്ര പറ്റൂലാ. അറിയാമല്ലോ. അത് ഖാദർ ഏറ്റെടുക്കുന്ന വേഷത്തിന് പറ്റൂലാ. അലോഗ്യം തോന്നരുത്–"

എനിക്ക് ചേലനാടിനോട് അലോഗ്യമൊന്നും തോന്നിയില്ല. ഞാനിന്നാട്ടിൽ കാലുകുത്തിയ അന്നു മുതൽ ഈ അവമതിപ്പ് ഞാൻ കേൾക്കുന്നതാണല്ലോ. തുറന്നുപറഞ്ഞ ചേലനാടിനോട് അസ്കൃതയുണ്ടാകേണ്ടതില്ലല്ലോ. ഞാനത് മറന്നു. നാടകം വേഷംകെട്ടി കളിക്കാനുള്ള കമ്പത്തിന് ചൂടുവെള്ളം ഒഴിക്കയും ചെയ്തു. നാടകരംഗത്ത് എന്നെ വിലക്കിയ ചേലനാടിന്റെ ക്ഷണം സ്വീകരിച്ച് അന്ന് ടൗൺഹാളിൽ അരങ്ങേറുന്ന നാടകം കാണാൻ ഞാനും ചെന്നു.

മുൻനിരയിൽ കോഴിക്കോട് അബ്ദുൽ ഖാദറും സംഘവും ഉണ്ടായിരുന്നു. ടൗൺഹാളിൽ കയറുന്നതിന് മുമ്പ് ജോസഫേട്ടൻ തന്റെ ഖുംടിക്കകത്ത് നിൽക്കെ, നാരങ്ങാ സർബത്തിന് ക്ഷണിക്കുന്നതിനിടയിൽ പറഞ്ഞിരുന്നു. "നാടകം കാണാൻ അബ്ദുൽ ഖാദർക്കയും കൂട്ടരും ഉണ്ട്. കവി ഖാദർക്കാനെ ഈ കുട്ടിക്ക് പരിചയപ്പെടുത്തി കൊടുക്കീൻ. നവലോകം ഫെയിം..."

എനിക്കാണെങ്കിൽ കോഴിക്കോട് അബ്ദുൽ ഖാദറിനെ പരിചയപ്പെടണമെന്ന പൂതിയുമുണ്ടായിരുന്നു. അദ്ദേഹത്തിന്റെ പാട്ട് പല തവണ ഞാൻ കേട്ടിട്ടുണ്ട്. ഗ്രാമഫോണിൽ പാടിയ "കേൾപ്പീൻ സോദരരേ ഇത് കേൾപ്പീൻ സോദരരേ" എന്ന പാട്ട് ഹൃദിസ്ഥവുമാണല്ലോ. കയറിച്ചെന്ന് പരിചയപ്പെടാനൊന്നും അന്ന് സാധിച്ചില്ല. നാടക സദസ്സിന്റെ മുൻനിരയിൽ അബ്ദുൽ ഖാദറിന്റെയരികെ തബലവാദകർ ബെങ്കിച്ചനും ഉസ്മാൻ ഭായിയുമുണ്ട്.

കൂടുതൽ അടുക്കുവാനും ഒന്നിക്കുവാനും ഞങ്ങൾക്ക് അടുത്തുതന്നെ സന്ദർഭം കിട്ടി. കൊയിലാണ്ടിയിലെ ബീഡി തെറുപ്പുകാരനായ സഖാവ് അമ്മാട്ടിക്കാ മുഖാന്തിരം.

കൊയിലാണ്ടിയിലെ ഹൈസ്കൂൾ മൈതാനത്ത് കമ്യൂണിസ്റ്റ് പാർട്ടിയുടെ പൊതുയോഗങ്ങളിൽ അബ്ദുൽ ഖാദർക്കയും മച്ചാട്ട് കൃഷ്ണനും വന്നു പാടുന്നതും സദസ്സിനെ കയ്യിലെടുക്കുന്നതും ഞാനതിനു മുന്നേ പലകുറി കണ്ടതാണല്ലോ. സിനിമയിൽ പിന്നണിഗാനം പാടിയ കോഴിക്കോട് അബ്ദുൽ ഖാദറിനെ ആ നാടക സദസ്സിൽ വച്ചാണ് തൊട്ടടുത്തു നിന്നും കാണുന്നത്.

അന്ന് അരങ്ങേറിയ നാടകത്തിന്റെ പേര് ഓർമയിലില്ല. കോഴിക്കോട്ട് കടപ്പുറത്ത് വഞ്ചിയിലും പത്തേമ്മാരികളിലുമായി വന്നിറങ്ങുന്ന 'കാട്ടറബികളെ'ക്കുറിച്ചുള്ള കഥകൾ കുറേ കേട്ടിട്ടുണ്ടായിരുന്നു. ദല്ലാൾമാർ വഴി കടപ്പുറം ഭാഗത്തെ സുന്ദരിമാരായ മാപ്പിളത്തരുണികളെ കല്യാണം കഴിച്ച് ചുരുങ്ങിയ കാലം ദാമ്പത്യബന്ധം സ്ഥാപിച്ച് സീസൺ കഴിയുമ്പോൾ കടന്നുകളയുന്ന അറബികളെക്കുറിച്ചും അവർ ഉപേക്ഷിച്ചു കഴിഞ്ഞ മാപ്പിളപ്പെണ്ണുങ്ങളുടെ തുടർന്നുള്ള ജീവിതത്തെക്കുറിച്ചുമുള്ള ധാരാളം കഥകൾ ഞാനതിനുമുമ്പേ കേട്ടിരുന്നു. നാടകത്തിന്റെ കഥ അതായിരുന്നു. അതിൽ പെണ്ണുകെട്ടാനായെത്തുന്ന കാമാർത്തനായ കാട്ടറബിയുടെ വേഷം അഭിനയിച്ച വ്യക്തി പി.എൻ. ആലിക്കോയയാണെന്ന് നാടകാവസാനം നടീനടന്മാരെ സ്റ്റേജിൽ പരിചയപ്പെടുത്തുന്ന ചടങ്ങിലൂടെ അറിഞ്ഞു. നല്ല 'പച്ച വെള്ളം' പോലെ അറബിയിൽ സംസാരിച്ച് രംഗം കൊഴുപ്പിച്ച് അറബി ഭാഷയറിയുന്ന നടൻ പി.എൻ. ആലിക്കോയ എന്ന കറുത്തുമെലിഞ്ഞ ആ ചെറുപ്പക്കാരൻ മനസ്സിൽ തങ്ങി നിന്നു. അതേ നാടകത്തിൽ മറ്റൊരു കഥാപാത്രമായഭിനയിച്ച ഹാജി അബ്ദുറഹിമാൻ 'മക്കത്ത് പോവാതെ' ഹാജി എന്ന പേരിൽ കോഴിക്കോട്ടെ നാടകങ്ങളിൽ പ്രത്യക്ഷപ്പെടുന്ന നടനാണ്. പരപ്പിൽ ഭാഗത്തെ നാടക സമിതികളിലെ സ്ഥിരം നടനാണെന്നും അറിഞ്ഞു. (വർഷങ്ങൾക്ക് ശേഷം പി.എൻ. ആലിക്കോയ സംഗം തിയേറ്ററിലെ ടിക്കറ്റ് കൗണ്ടറിലും തിയേറ്റർ മാനേജിംഗ് വിഭാഗത്തിലും ജോലി ചെയ്യുന്ന കാലത്ത് മാങ്കാവിൽ താമസക്കാരനായ ആലിക്കോയയെ നിത്യേനയെന്നോണം കാണാറുണ്ടായിരുന്നു. കോഴിക്കോട്ടെ അരങ്ങുകളിൽ എപ്പോഴും സജീവമായിരുന്നു).

ടൗൺഹാളിനു മുന്നിൽ, ജോസഫേട്ടന്റെ ഖുംടിക്കടയ്ക്ക് മുന്നിൽ, ഒത്തുചേരുന്ന നാടക കലാകാരന്മാരുടെ സംഘത്തിൽ പിന്നീട് കണ്ടുമുട്ടിയ പലരും ആ നാടകത്തിലെ നടന്മാരായിരുന്നു.

വൈകുന്നേരങ്ങളിൽ ക്രൗൺ തിയേറ്ററിനു മുന്നിലെ ഇരുമ്പ് കവാടത്തിന്റെ തൊട്ടരികിൽ ജോസഫേട്ടന്റെ ഖുംടിപ്പീടികയിറയത്തും ടൗൺഹാൾ ഗെയിറ്റിനു മുന്നിലും ആനക്കുളം ഭാഗത്തേക്ക് ചെല്ലുന്ന ഇടവഴിയിലും കാത്തുനിൽക്കാനും സൊറ പറയുവാനും പരസ്പരം

കാണാനും ടൗൺഹാളിൽ ആരംഭിക്കുന്ന കലാപരിപാടികൾ കണ്ടും കേട്ടും രസിച്ച് കയ്യടിക്കാനും കൂവാനും എത്തിച്ചേരുന്ന കോഴിക്കോട്ടെ കലാകാരന്മാർ, കലാസ്വാദകന്മാർ, എല്ലാ നാടകങ്ങൾക്കും സംഗീത പരിപാടികൾക്കും സാഹിത്യ ചർച്ചാ യോഗങ്ങൾക്കും അനുമോദന സമ്മേളനങ്ങൾക്കും അനുശോചന യോഗങ്ങൾക്കുംവരെ സദസ്സിലെത്തി മുൻനിരയിലോ പിൻനിരയിലോ സ്ഥാനം പിടിച്ചു ചടങ്ങ് തീരും വരേയിരുന്ന് പുറത്തിറങ്ങിയാൽ വെട്ടിത്തുറന്ന് അഭിപ്രായം പറയുകയും, പ്രോഗ്രാം സജീവമാക്കിയവരെ കെട്ടിപ്പിടിച്ചാശ്ലേഷിച്ച് അഭിനന്ദിക്കുകയും ഉറക്കെ ചിരിക്കുകയും ചില സന്ദർഭങ്ങളിൽ ഓർത്ത് നെടുവീർപ്പിടുകയും പതിവാക്കിയ എച്ച്.എ. കോയ, മുടിവേണുവെന്ന് ചങ്ങാതിമാർ വിളിക്കുന്ന വേണു മേനോൻ, മരക്കച്ചവടക്കാരൻ ഹസ്സൻ വടേരി, കല്ലായിലെ മര ഇടപാടുകാരൻ ഹസ്സൻ ഭായി, ബാബുരാജിന്റെ അനിയൻ മജീദ് ഭായ് ഡിഫ്റൈയിറ്റ്. അബൂക്ക... അങ്ങനെ എത്രയെത്ര കലാരസികന്മാർ, സഹൃദയ സുഹൃത്തുക്കൾ... നിത്യേന കണ്ടുമുട്ടുകയും ചങ്ങാത്ത നിമിഷങ്ങളിൽ കെട്ടിമറിയുകയും ചെയ്യുന്നവരുമായുള്ള എന്റെ സഹവാസ ദിനങ്ങൾ... കോഴിക്കോടൻ കോലായത്തിണ്ണകളിലെ അവിസ്മരണീയ ചങ്ങാത്ത സംഗമങ്ങൾ...

■

കോലായത്തിണ്ണയിലെ കെട്ടിപ്പിടുത്തങ്ങൾ

വടക്ക് നിന്നുള്ള തീവണ്ടി യാത്രക്കാർക്ക് സ്റ്റേഷൻ അടുക്കാറാവുമ്പോൾ കാണാവുന്ന നഗരക്കാഴ്ചകളിൽ കണ്ണിൽ തങ്ങിനിൽക്കാൻ പാകത്തിലാണ് ആ പരസ്യ ബോർഡ് സ്ഥാപിച്ചത്. തെക്കോട്ട് തീവണ്ടി വഴി പോകുന്ന യാത്രക്കാർക്കും ഒയിറ്റി റോഡും കോർട്ട് റോഡും കൂടിച്ചേരുന്നിടത്ത് രണ്ടാം റെയിൽവേ ഗെയിറ്റിനരികെയുള്ള മാളിക മുകളിൽ, പടിഞ്ഞാറൻ കാഴ്ചയായി മുകൾ ജനലിന്നരികെ വിലങ്ങനെ കെട്ടിത്തൂക്കിയ ബോർഡ് കാണാം.

കടുംനീല പ്രതലത്തിൽ, വെളുത്ത മലയാളം ലിപിയിൽ, വടിവോടെയെഴുതിയ അക്ഷരങ്ങൾ ആർക്കും കൂട്ടി വായിക്കാം. ഒട്ടും പ്രയാസം കൂടാതെ, 'അഖില മലബാർ കേന്ദ്രകലാ സമിതി ഓഫീസ്' കോഴിക്കോട്.

കെട്ടിടത്തിന്റെ താഴത്തെ നിലയിൽ നെച്ചൂളി അബൂബക്കർ സാഹിബിന്റെ സ്റ്റേഷനറിപ്പീടികയാണ് അക്കാലത്ത് കോഴിക്കോട്ടെ വമ്പൻ സ്റ്റേഷനറിപ്പീടിക. മുന്തിയ ഇനം ബിസ്കറ്റ്-മിഠായി ടിന്നുകൾ - വിദേശത്തുനിന്നും നേരിട്ടുവരുത്തി വില്പനയ്ക്ക് വെച്ച ഉൽപ്പന്നങ്ങൾ, സ്റ്റേഷനറിയിനങ്ങൾ, സോപ്പ്, പൗഡർ തുടങ്ങിയ ഫോറിൻ സുഗന്ധദ്രവ്യങ്ങൾ.

അബൂബക്കർ സാഹിബിന്റെ പീടികയിൽ കിട്ടാത്തതായി ഒരു ലൊട്ടുലൊഡുക്കു സാമാനങ്ങളും ഇല്ല. അ പീടികയുടെ ഉൾവശത്തായി അവിടെ വന്നെത്തുന്ന വിലയേറിയ അതിഥികൾക്കായി ഒരുക്കിയിട്ട മേത്തരം സോഫാസെറ്റുകളും ചാരുകസേലകളും. തണുത്ത മധുര പാനീയങ്ങൾ സൂക്ഷിക്കുന്ന ഫ്രിഡ്ജും വേറെയൊരു പീടികയിലും അക്കാലത്ത് ലഭ്യമല്ല. അബൂബക്കർ സാഹിബിന്റെ സ്പെഷ്യൽ പാനീയമായ 'അസ്സൽ ബദാം സർബത്തിന്റെ' മഹിമ അത് കുടിച്ചവർക്കെല്ലാം നന്നായി അറിയുന്ന കഥകൾ. റോസ് മിൽക്കിൽ സേമിയ കുതിർത്തിടുന്ന ബട്ടർ റോസ് മിൽക്കും അവിടത്തെ സ്പെഷ്യൽ ഐറ്റങ്ങൾ...

അതൊന്നുമല്ല എടുത്തു പറയുവാനുള്ളത്. അബൂബക്കർ സാഹിബിന്റെ സ്റ്റേഷനറിപ്പീടികയുടെയും തൊട്ടപ്പുറത്തെ തുണിപ്പീടികയുടെയും

ഇടയിലെ കോവണിപ്പടികൾ കയറിച്ചെന്നാൽ എത്തുന്ന മുല്ലവീട്ടിൽ അബ്ദുറഹിമാൻ സാഹിബിന്റെ ജനറൽ ഇൻഷുറൻസ് കമ്പനിയുടെ പടിഞ്ഞാറെ തലക്കലുള്ള പ്രത്യേകം മരത്തട്ടികളാൽ മറച്ച് ഒരുക്കിയ കേന്ദ്ര മലബാർ കലാസമിതി ഓഫീസ് വിശേഷമാണ്.

അബ്ദുറഹിമാൻ സാഹിബിന്റെ ഒത്താശയിലൂടെ രൂപം കൊണ്ട താണ് കലാസമിതി ഓഫീസും അതിനകത്തെ 'എപ്പേർപ്പെട്ട ജംഗമ വസ്തുക്കളും'. അബ്ദുറഹിമാൻ സാഹിബിന്റെ ഓഫീസ് കാര്യങ്ങൾ നോക്കിനടത്തിയിരുന്ന അധികം ഉയരമില്ലാത്ത ഒരു ചെറുപ്പക്കാരനാണ് (പേരോർമ്മ കിട്ടുന്നില്ല) ജനറൽ ഇൻഷുറൻസ് കമ്പനി വകയായുള്ള പ്രവർത്തികൾക്ക് പുറമേ കേന്ദ്രകലാസമിതിയുടെ കാര്യവും നോക്കുന്നത്. ഒന്നാമത്തെ നാടകോത്സവ നടത്തിപ്പിനുശേഷമാണ് കോഴിക്കോട്ട് കേന്ദ്രമായി നഗരത്തിലേയും ചുറ്റുവട്ടത്തേയും കലാ സമിതികളുടെ പ്രവർത്തനങ്ങൾ ഏകോപിപ്പിച്ചുകൊണ്ട് എല്ലാ വർഷവും നല്ല നിലയിൽ ഒരു നാടകോത്സവം നടത്തണമെന്ന ആശയം ഉടലെടു ത്തത്.

മുല്ലവീട്ടിൽ അബ്ദുറഹിമാൻ സാഹിബ് നഗരത്തിലെ ധനിക ന്മാർക്കിടയിലും ഉദ്യോഗസ്ഥന്മാർക്കിടയിലും പ്രമാണപ്പെട്ട ആൾക്കാർ ക്കിടയിലും മാത്രമല്ല കോഴിക്കോട്ടെ പത്രപ്രവർത്തകന്മാർക്കിടയിലും പത്രാധിപന്മാർക്കിടയിലും (കെ.പി. കേശവമേനോൻ, കെ.എ. ദാമോദര മേനോൻ എന്നിവർക്കിടയിലും) കലാകാരന്മാർക്കിടയിലും സാഹിത്യ സാംസ്കാരിക രംഗത്തെ സകലമാന വ്യക്തികൾക്കിടയിലും നല്ല സ്വാധീനമുള്ള വ്യക്തിയായിരുന്നു. അവർക്കെല്ലാം എപ്പോഴും വേണ്ടപ്പെട്ട വ്യക്തി കൂടിയായിരുന്നു. ധാരാളം പുസ്തകങ്ങൾ വായിക്കുകയും വിദേശ രാജ്യത്തിന്റെ പല ഭാഗങ്ങളും സന്ദർശിച്ച് അനുഭവങ്ങൾ നേടുകയും ചെയ്ത സഹൃദയൻ. കലാകാരന്മാർക്ക് വേണ്ടിയും കലാപ്രസ്ഥാനത്തിനു വേണ്ടിയും എന്തു ചെയ്യാനും എപ്പോഴും എത്തിപ്പെടാനും ഔത്സുക്യം കാണിക്കുന്ന മനോഭാവക്കാരൻ. ഇദ്ദേഹത്തിന്റെ കലാകാരസ്നേഹത്തെ ക്കുറിച്ച് ഉറൂബ് ഒരു കഥയെഴുതിയിട്ടുണ്ട്. വലിയൊരു വീണയും താങ്ങി മദിരാശി മെയിലിൽ യാത്ര ചെയ്യുന്ന നായകൻ സഹയാത്രികരുടെ ചോദ്യ ങ്ങൾ നേരിടുന്ന രസകരമായ കഥ.

ഒന്നാമത്തെ നാടകോത്സവത്തിന്റെ ആശയവും അബ്ദുറഹിമാൻ സാഹിബിന്റെ മനസ്സിലായിരുന്നത്രെ ആദ്യം രൂപം പൂണ്ടത്. ഈവക പ്രവർത്തനങ്ങളിൽ അബ്ദു റഹിമാൻ സാഹിബിനെ എപ്പോഴും പിന്തു ണയ്ക്കുന്ന കലാസ്നേഹിയും ഉന്നത ബിരുദധാരിയുമായ മറ്റൊരു വ്യക്തി യാണ് വി. അബ്ദുള്ളാ സാഹിബ്. മദിരാശിയിലെ പഠനമെല്ലാം കഴിഞ്ഞ് ബിസിനസ് കാര്യങ്ങളിൽ വ്യാപൃതനാവാൻ നഗരത്തിലെത്തിയ അബ്ദുള്ള സാഹിബ് ബി. പോക്കർ സാഹിബ് അവർകളുടെ പുത്ര നാണ്.

രണ്ടുപേരും നഗരത്തിൽ അക്കാലം വാണിരുന്ന സാഹിത്യനായക ന്മാരും കലാസമിതി പ്രവർത്തകന്മാരും ഒന്നിച്ചിരുന്നപ്പോഴാണ് നാടകോ ത്സവം ഗംഭീരമായി കൊണ്ടാടണമെന്ന തീരുമാനമുണ്ടായത്. തന്റെ ചുമ തലയിലുള്ള ജനറൽ ഇൻഷുറൻസ് കമ്പനി വക ആഫീസിന്റെ പടി ഞ്ഞാറെ തല, നല്ല കാറ്റും വെളിച്ചവുമുള്ള ഒരിടമാക്കി വേർതിരിച്ച് ഒരുക്കിയതൊക്കെ അബ്ദുറഹിമാൻ സാഹിബിന്റെ നല്ല മനസ്സ്.

ഓഫീസ് കാര്യങ്ങൾ നോക്കിയിരുന്ന ചെറുപ്പക്കാരന് പുറമെ ഒന്നാം നാടകോത്സവ നടത്തിപ്പിൽ മുക്തകണ്ഠം പങ്കെടുത്തിരുന്ന ബി.കെ. വെങ്ങാലിൻ എന്ന സാംസ്കാരിക പ്രവർത്തകനേയും തന്റെ ഒപ്പം ചെറു വണ്ണൂരിൽ നിന്നും കൂട്ടുപോരാറുള്ള ചങ്ങാതിമാരേയും പോക്കുക്കയെന്ന ഇൻഷുറൻസ് ഏജന്റിനേയും നഗരത്തിലെ ചില നാടകപ്രവർത്തകരേയും കലാസമിതിയുടെ ഓഫീസ് കാര്യങ്ങൾ നിർവ്വഹിക്കാനായി ഏർപ്പാടാ ക്കിയതും അബ്ദുറഹിമാൻ സാഹിബ് തന്നെ.

നാടകോത്സവത്തിനായുള്ള സമിതികൾ വിളിച്ചുകൂട്ടിയതുൾപ്പെടെ യുള്ള എല്ലാ പരിപാടികളും അബ്ദുറഹിമാൻ സാഹിബും അബ്ദുള്ള സാഹിബും അവരുടെ സുഹൃത്തുക്കളായ സാഹിത്യകാരന്മാരും കലാ കാരന്മാരും സംഘം ചേർന്നാണ് നടപ്പിലാക്കിയത്.

മലബാറിന്റെ വടക്കേയറ്റമായ കണ്ണൂരിൽ നിന്നും തെക്കേയറ്റത്തെ പാലക്കാട്ടുനിന്നും തൃശൂരിന്റെയിപ്പുറത്ത് ഭാരതപ്പുഴയുടെ വടക്ക് വള്ളുവനാട് ഭാഗത്ത് നിന്നും നാടകവും നാടകാവതരണസന്നദ്ധമായ കലാസമിതികളും വരികയും താന്താങ്ങളുടെ നാടകങ്ങൾ അവതരിപ്പിച്ച് സദസ്സിന്റെ കയ്യടി വാങ്ങുകയും സമ്മാനങ്ങൾ നേടിയെടുക്കുകയും ചെയ്തി ട്ടുണ്ട്. ചെറുകാടിന്റെ 'സ്വതന്ത്ര' എന്ന നാടകവും മത്സരത്തിനുണ്ടാ യിരുന്നു. രണ്ടാം നാടകോത്സവം കോഴിക്കോട്ട് നടത്തപ്പെട്ട അതി വിശേ ഷമായ ഒരു സാംസ്കാരിക പരിപാടിയായിരുന്നു.

കോഴിക്കോട്ട് ദേശപോഷിണി കലാസമിതിയുടെ തിക്കോടിയന്റെ നാടകമായ 'ജീവിത'വും ഉറൂബ് എഴുതിയ 'തീകൊണ്ടു കളിക്കരുത്' എന്ന നാടകവും നാടകോത്സവത്തിലൂടെ ലഭ്യമായ കലാസൃഷ്ടി കളാണല്ലോ. കെ.ടി. മുഹമ്മദിന്റെ പ്രശസ്ത നാടകമായ 'കറവറ്റ പശു' നാടകോത്സവത്തിലാണ് ആദ്യം അവതരിപ്പിക്കപ്പെട്ടത്. 'മനുഷ്യൻ കാരാ ഗൃഹത്തിലാണ്' എന്ന നാടകവും പ്രേക്ഷകർ കാണുന്നത് നാടകോത്സവ നാളിലാണ്. എ.കെ. പുതിയങ്ങാടിയെന്ന ശ്രദ്ധേയനായ നാടകകൃത്തിനെ രംഗത്ത് എത്തിച്ചത് നാടകോത്സവത്തിലൂടെയാണ് യുണൈറ്റഡ് ഡ്രാമാ റ്റിക് അസോസിയേഷൻ എന്ന പേരിൽ മേലേ പാളയത്തിലെ ഒരു മാളിക മുകളിൽ രൂപംകൊണ്ട കലാസമിതിയുടെ എണ്ണപ്പെട്ട നാടകങ്ങളായ 'പ്രഭാതം ചുവന്ന തെരുവിൽ' 'ആവശ്യം അവസരം സൃഷ്ടിച്ചു' എന്നീ നാടകങ്ങൾ പിറവികൊണ്ടതും കോഴിക്കോട്ടെ നാടകോത്സവം വഴിയാണ്. നാടകവേദിയിലെ ആധുനിക പരീക്ഷണങ്ങൾ തന്റേതായ രീതിയിൽ

എപ്പോഴും നടത്തണമെന്ന എ.കെ. പുതിയങ്ങാടിയുടെ കലാപരമായ ആവിഷ്കാര ചാരുത പ്രകടമാക്കിയ നാടകങ്ങൾ. രണ്ടാം നാടകോത്സവത്തിൽ എം.എസ്.എ. അവതരിപ്പിച്ച നാടകം പി.എൻ.എം. ആലിക്കോയയുടെ 'തറവാടും മടിശ്ശീലയും' ആയിരുന്നു. നാടകോത്സവത്തിലൂടെ കോഴിക്കോടൻ വേദികളിൽ ചുവടുറപ്പിച്ച വാസുപ്രദീപ്, സദാനന്ദൻ പുതിയറ, ആവിലേരി ഭരതൻ എന്നിങ്ങനെ എത്ര പ്രതിഭാശാലികൾ കാരാ യുവജനകലാസമിതിക്കാർ അവതരിപ്പിച്ച ആവിലേരി ഭരതന്റെ നാടകം കലോത്സവത്തിലെ ശ്രദ്ധ നേടിയ സൃഷ്ടിയായിരുന്നല്ലോ.

കോഴിക്കോട് നാടകവേദിയിലൂടെ സഹൃദയ സദസ്സ് കണ്ടെത്തിയ എത്രയെത്ര നടീനടന്മാർ. അവരുടെ അഭിനയ മുഹൂർത്തങ്ങൾക്ക് സാക്ഷ്യം വഹിച്ച ടൗൺഹാളിന്റെ നാടകമേട. കുഞ്ഞാണ്ടി, കുതിരവട്ടം പപ്പു, ബാലൻ കെ. നായർ, നെല്ലിക്കോട് ഭാസ്കരൻ, വിലാസിനി, ശാന്താദേവി, പുഷ്പ, മെറ്റിൽഡ, എൽസി അങ്ങനെ അഭിനയ മികവ് കാഴ്ചവെച്ച കോഴിക്കോടൻ നടീനടന്മാരുടെ മഹനീയ പരമ്പര നാടകോത്സവത്തിലൂടെ കോഴിക്കോടൻ വേദികളിൽ മിന്നിത്തിളങ്ങിയവർ പിൽക്കാലത്ത് ഇന്ത്യൻ സിനിമയുടെ മലയാളം ചരിത്രത്തിൽ ഇടം നേടിയവർ.

നല്ല നാടകവും മികച്ച നടീനടന്മാരും ആരൊക്കെയെന്ന് കണ്ടുപിടിക്കാൻ ജഡ്ജിംഗ് കമ്മിറ്റിയംഗമായി കോഴിക്കോട്ടെത്തിയ കൗമുദി പത്രാധിപർ കെ. ബാലകൃഷ്ണനെ നേരിൽ കണ്ടതും നാടകോത്സവ നാളുകളിലാണ്. നാടകോത്സവം ഗംഭീരമായി സമാപിച്ച് തിരിച്ച് തിരുവനന്തപുരത്തേക്ക് പോകാൻ തീരുമാനിക്കും മുമ്പ് അന്ന് ക്രൗൺ തിയേറ്ററിലെ സിനിമ കണ്ടുരസിക്കാൻ തിയേറ്ററിൽ കയറിയ കെ. ബാലകൃഷ്ണനെ, ഡൽഹിയിൽ നിന്നും വിമാനാപകടത്തിൽപ്പെട്ട് അനിയനോ അടുത്ത ബന്ധുവോ മരണപ്പെട്ട വിവരം അറിയിക്കാനെന്തു വഴി?

ഇന്നത്തെപ്പോലെ കയ്യിൽ മൊബൈൽ ഫോണോ വാർത്താമാധ്യമങ്ങളോ ഇല്ലാതിരുന്ന കാലം. അബ്ദുറഹിമാൻ സാഹിബ് പെട്ടെന്ന് തിയേറ്റർ ഭാരവാഹികളെ ബന്ധപ്പെട്ടു. അബ്ദുറഹിമാൻ സാഹിബിന്റെ സ്വാധീനവും സുഹൃദ്‌വലയവും കോഴിക്കോട്ട് നഗരജീവിതത്തിൽ എല്ലാ രംഗത്തും സജീവമായുണ്ട് എന്ന് തിരുവനന്തപുരത്ത് നിന്നുവന്ന കൗമുദി ബാലകൃഷ്ണന് ബോദ്ധ്യമായ സംഭവം.

സിനിമാ ഷോ പെട്ടെന്ന് നിന്നു. പകരം സ്ക്രീനിൽ സ്ലേഡ് വാർത്ത ബലരാമന്റെ മരണവാർത്ത വിമാനപകട വാർത്ത. തുടർന്ന് പതിവുപോലെ വീണ്ടും സിനിമാ പ്രദർശനം. കാര്യം അറിഞ്ഞ ബാലകൃഷ്ണനും കൂട്ടുകാരും തിയേറ്ററിൽ നിന്നുമിറങ്ങി അപ്പോൾതന്നെ തിരുവനന്തപുരത്തേക്ക് തിരിച്ചു. യാത്രയ്ക്കുള്ള കാറും മറ്റു കാര്യങ്ങളും പറയുന്നതിനിടയിൽ അബ്ദുറഹിമാൻ സാഹിബ് തന്റെ സ്വാധീനമുപയോഗിച്ച് ഒരുക്കിയിട്ടുണ്ടായിരുന്നു.

അടുത്താഴ്ചയിറങ്ങിയ കൗമുദി വാരികയിൽ കോഴിക്കോട്ട് കേന്ദ്ര കലാസമിതിയുടെ നാടകത്തെക്കുറിച്ച് വിശദമായ റിപ്പോർട്ടുകൾ ഉണ്ടായിരുന്നു. സാഹിത്യകാരന്മാരും നാടകകൃത്തുക്കളും നടീനടന്മാരും മറ്റു കലാസ്നേഹികളും തോളോടു തോൾ ചേർന്നു നടത്തുന്ന നാടകോത്സവം കലാരംഗത്തുണ്ടാക്കിയ ഉണർവിനെക്കുറിച്ചും കോഴിക്കോടൻ കലാരംഗത്തെ സ്നേഹവായ്പിനെക്കുറിച്ചും ഒത്തൊരുമയെക്കുറിച്ചും കൗമുദി വാരികയിൽ റിപ്പോർട്ട് വന്നു. വാരികയുടെ എഡിറ്റോറിയൽ പേജിൽ കെ. ബാലകൃഷ്ണൻ പ്രത്യേകിച്ചെഴുതിയ ലേഖനം കലാസമിതിയുടെയും കലാപ്രവർത്തനങ്ങളുടെയും നായകത്വം വഹിക്കുന്ന മുല്ലവീട്ടിൽ അബ്ദുറഹിമാൻ സാഹിബിന്റെ പ്രത്യുൽപ്പന്നമതിത്വത്തെ സ്തുതിച്ചുകൊണ്ടായിരുന്നു.

ഇരുട്ടിലിരുന്ന് സിനിമ കാണുന്ന ആൾക്കൂട്ടത്തിലൊരുവന്റെ അടുത്ത ബന്ധുവിന്റെ അപകട മരണം പെട്ടെന്നറിയിക്കാൻ പ്രദർശനം അല്പ നേരത്തേക്ക് നിർത്തിവെപ്പിച്ച വ്യക്തിയുടെ 'ജനസ്വാധീനം'. കാര്യങ്ങളെ താനുദ്ദേശിക്കുന്ന കടവിൽ തന്നെ തുഴഞ്ഞ് ചെന്നെത്തിക്കുവാൻ ഏത് അപകടസന്ധികളിലും ത്രാണിയുള്ള നിശ്ചയദാർഢ്യം. അബ്ദുറഹിമാൻ സാഹിബിനെപ്പോലുള്ളവരുണ്ടെങ്കിൽ കോഴിക്കോടൻ കലാരംഗം എക്കാലത്തും സജീവമായിരിക്കും എന്നു ബാലകൃഷ്ണൻ പ്രത്യേകമായി എഴുതി.

എഴുത്തുകാരും കലാരംഗത്തെ പ്രഗദ്ഭവ്യക്തികളും എല്ലാ വൈകുന്നേരങ്ങളിലും ഒന്നിച്ചണയുന്ന ഇടങ്ങൾ നഗരത്തിൽ ഒരുപാടുണ്ടായിരുന്നു.

അശോകാ ആശുപത്രിക്ക് മുന്നിൽ, പ്രധാന ഗെയിറ്റിന്റെ എതിർവശത്ത് കൃഷ്ണൻ വൈദ്യരുടെ നാട്ടുവൈദ്യശാല. അവിടെ കൃഷ്ണൻ വൈദ്യരെക്കാണാനും കഷായക്കുറിപ്പടി നോക്കി നാട്ടുമരുന്ന് തറപ്പിക്കുവാനുമല്ല. പ്രശസ്തനായ ഉറൂബും കടവനാട് കുട്ടികൃഷ്ണനും കൂട്ടുകാരും എല്ലാ വൈകുന്നേരങ്ങളിലും ഒരു മുറക്രമം പോലെ എത്തിച്ചേരുന്നത്. നഗരത്തിലെ ഹൃദ്യമായ ഒരിടത്ത് കാത്തുനിൽക്കാനും അക്കിത്തം, എസ്.കെ. പൊറ്റെക്കാട്ട് എന്നിവരെ കൂട്ടി അൻസാരി പാർക്കിലേക്കും സൊള്ളിയിരിക്കാൻ സൗകര്യമുള്ള മറ്റു സ്ഥലത്തേക്കും പതുക്കെയുലാത്തി നടക്കാനുമാണ്. കാണുവാനുള്ളത് പരസ്പര സഹായം ബാങ്കിൽനിന്നും പണികഴിഞ്ഞുവരുന്ന എൻ.പി. മുഹമ്മദിനെയാവാം. തന്റെ അന്നത്തെ പണി മുഴുമിച്ചെത്തുന്ന അക്കിത്തത്തെ കാണാനാവാം. മൂന്നാം ഗെയിറ്റിന്നിപ്പുറത്തെ, പാരഗൺ ഹോട്ടലിന്റെ പുറംതിണ്ണയിൽ, അരവിന്ദനും എം.വി. ദേവനും കൂട്ടുകാരും സന്ധ്യയെ നിരന്തരം വാനിറയെയുള്ള വർത്തമാനം പറഞ്ഞ് ചുകപ്പിക്കുന്നതിലെ രസം നുണയാനാവാം.

നഗരത്തിലെ പ്രതിഭാശാലികൾ മിന്നിക്കുന്ന പൊതു ഇടങ്ങൾ എത്ര!

ടൗൺഹാളിന് മുന്നിലെ ജോസഫേട്ടന്റെ ഖുംടികടയ്ക്ക് മുന്നിൽ കവികൾ, നടന്മാർ, കഥാകൃത്തുകൾ കൂട്ടംകൂടി നിൽക്കുന്നു ടൗൺ ഹാളിൽ അന്നരങ്ങേറുന്ന നാടകത്തെക്കുറിച്ചുള്ള ചൂടുള്ള ചർച്ചയാവും. അതല്ലെങ്കിൽ അന്നു സന്ധ്യയ്ക്ക് നടക്കാനിരിക്കുന്ന സാഹിത്യ സിംപോ സിയത്തിലെ വിഷയത്തെപ്പറ്റിയുള്ള താന്താങ്ങളുടെ കാഴ്ചപ്പാടുകളാവാം. ടൗൺ ഹാളിന് പുറത്ത് ഖുംടികടയോരത്തിൽ ഒത്തുകൂടി വർത്തമാനം പറയുന്നത് കുഞ്ഞികൃഷ്ണൻ വൈദ്യരുടെ പീടികയിൽ നിന്നും ഇറങ്ങി പ്പുറപ്പെട്ട സംഘമായിരിക്കാം. അവരോടൊപ്പം നാടകവേദിയിലെ ആണ്ടി യേട്ടനും തിക്കോടിയനും നഗരത്തിലെ നാടകരചയിതാക്കളും അഡ്വക്കേറ്റ് കുഞ്ഞിരാമമേനോന്റെ ഗുമസ്തൻ കെ.പി. രാമൻ നായരും... പ്രസിദ്ധ നാടകനടനായ രാമൻനായരാണ് നാടകോത്സവത്തിന്റെ കണിശ ക്കാരനായ ഖജാൻജി.

ക്രൗൺ തിയേറ്ററിന്റെ തെക്കേ മൂലയ്ക്കൽ കെ.ടി. മുഹമ്മദിന്റെ അനി യന്റെ ചുമതലയിലുള്ള കെ.ടി. സെയ്തിന്റെ 'ലിറിക് കോർണർ' എന്ന കൊച്ചു പാട്ടുപുസ്തക പീടിക. അതിനകത്ത് വർത്തമാനങ്ങൾ കേട്ടു തലകുലുക്കുന്ന - ചിരിക്കുന്ന - കൈയാംഗ്യങ്ങൾ കാണിക്കുന്ന കെ.ടി. മുഹമ്മദ് ഒത്താശക്കാരനായ എച്ച്.എ. കോയ. കറവറ്റ പശുവിൽ തകർത്തഭിനയിച്ച് അഭിനയത്തിന്റെ കീർത്തി തലയിൽ ചുമന്നപ്പോൾ മുടിച്ചുരുൾ ഉയർന്നു കാണുന്ന മെലിഞ്ഞു നേർത്ത എ.എം. കോയ എന്ന നടൻ ചിത്രകാരൻ.

അദ്ദേഹത്തെ കെട്ടിപ്പിടിച്ചു വർത്തമാനം പൊലിപ്പിക്കുന്ന വേണു മേനോൻ എന്ന നടൻ. പത്രമാപ്പീസിലെ ജോലി കഴിഞ്ഞെത്തുന്ന അല്പം മുടന്തുള്ള വെങ്കിടേഷ് സാമി, വയലിനിസ്റ്റായ വാടിയിൽ, സുകുമാരൻ എന്ന മറ്റൊരു വയലിനിസ്റ്റ്, ബാബുരാജിന്റെയൊപ്പം പോകുന്ന തബല ഉസ്മാൻ, തബല വെങ്കിച്ചൻ അങ്ങനെ എത്രയെത്ര പ്രതിഭാശാലികൾ. യാതൊരു മൂപ്പിളമയും നോക്കാതെ ഒന്നിക്കുന്ന കലാകാരന്മാരുടെ സംഗമ സ്ഥലങ്ങൾ നഗരത്തിൽ എത്രയെണ്ണം!

റാണി ബുക്സ് സ്ഥാപനത്തിന്റെ ഉടമ കെ.സി. പത്മനാഭനെ തേടി ഒന്നു മുറുക്കാനും നാലു ന്യായം പറയാനും എത്തിച്ചേരുന്ന പി.സിയെ കാണാൻ വരുന്ന കുട്ടികൃഷ്ണമാരാർ, എൻ.വി. കൃഷ്ണവാരിയർ, വി.എം. കൊറാത്ത്. സ്ഥിരം താവളമായ മലബാർ ബേക്കറിയിൽ വന്നെത്തുന്ന എസ്.കെ. പൊറ്റെക്കാട്ട് രാഷ്ട്രീയവും സാഹിത്യവും ഒന്നിക്കുന്ന ചൈതന്യം ഗോപാലേട്ടൻ.... രാധ തിയേറ്ററിനു മുന്നിലെ സായിബിന്റെ ബീഡിക്കടയുടെ മുന്നിലെത്തുന്ന കൊടുങ്ങല്ലൂരും കൂട്ടുകാരും . മേനോന്റെ പുസ്തകക്കടയിൽ പുതിയ പുസ്തകങ്ങളുടെ പട്ടിക നോക്കി അഭിപ്രായം പറയുന്ന എം.ടിയും കൂട്ടുകാരും. നീനാ ബാലേട്ടന്റെ പരി ഹാസോക്തികൾ മുഴങ്ങുന്ന നീനാ സ്റ്റുഡിയോവിന്റെ അങ്കണം വൈകു ന്നേരങ്ങളിലെ മിഠായിത്തെരുവും അൻസാരി പാർക്കും ആര്യഭവൻ

ഹോട്ടലും ഇലയടയുടെ വാഴയില തുറക്കുന്നതിനിടയിൽ പൊട്ടിക്കുന്ന നർമ്മഭാഷണങ്ങളും കോഴിക്കോടൻ കലാരംഗത്തിന്റെ മധുരമോഹന സൗഹൃദാരവങ്ങളായിരുന്നു കാലം...

കലാമനസ്സുകൾ ഒന്നിക്കുന്ന ചങ്ങാത്ത തിണ്ണകളിലെ കൽപ്പടവുകളെത്ര. അതിൽ പതിഞ്ഞ പാദമുദ്രകളെത്ര. മനസ്സിൽ തെളിയുന്ന മായാചിത്രങ്ങളെത്ര! മനസ്സിൽ മുഴങ്ങുന്ന ആഹ്ലാദത്തികവുകളുടെ ആർപ്പുവിളികളും ശബ്ദഘോഷങ്ങളും തിമർത്തുമറിയും ചിരിയലമാലകളും എത്രയെത്ര...!! കാലം കനിഞ്ഞു നൽകിയ ആലിംഗനത്തിലെ സ്നേഹച്ചൂരും സുഗന്ധവും എന്നിൽ ഇപ്പോഴും മുഴുപ്പോടെയുണ്ടല്ലോ... എല്ലാതികവോടെയും ഉണ്ടല്ലോ.

■

മണവാളൻ എസ്.കെ. പൊറ്റെക്കാട്ടും മയ്യഴിയും

എസ്.കെ. പൊറ്റെക്കാട്ട് – പ്രശസ്തനായ സാഹിത്യകാരനെ ജീവിതത്തിലാദ്യമായി ഞാൻ നേരിൽ കാണുകയാണ്. സ്കൂളിൽ പഠിക്കുന്ന കാലം തൊട്ടേ അദ്ദേഹമെഴുതിയ കഥകളും നോവലുകളും വായിച്ചിട്ടുണ്ട്. 'നാടൻ പ്രേമം' എന്ന ചെറുനോവൽ എന്നെപ്പോലെയുള്ള ഇളംപ്രായക്കാർക്ക് ചൂടുള്ള അപ്പം കിട്ടിയതുപോലെയായിരുന്നു. അതിലെ ചില വരികൾ ഹൃദിസ്ഥമാക്കി ക്ലാസ്സിലെ പെൺകുട്ടികൾ കേൾക്കെ ഉച്ചത്തിൽ പാടുമായിരുന്നു. 'അങ്ങേലെ ജാനൂന്റെ സോപ്പിന്റെ പെട്ടീല്, ഡ്രൈവറെ ഫോട്ടം കണ്ടു. കറുത്താലും മൈക്കില്ല വെളുത്താലും മൈക്കില്ല. എനക്കെന്റെ ഡ്രൈവറെ തന്നെ മതി. പൊന്നമ്മേ, എനക്കെന്റെ ഡ്രൈവറെ തന്നെ മതി.'

നാടൻ പ്രേമത്തിലെ കഥാപാത്രം ഇക്കോരൻ അല്പം ലയത്തിൽ പാടുന്ന നാടൻപാട്ട് 'ക്ലാസ്മേറ്റ്' ശ്രദ്ധിക്കുന്നുണ്ടോയെന്ന് ഒളികണ്ണിട്ടു നോക്കിയാണ് ആൺകുട്ടികളുടെ ഭാഗത്ത് നിന്നും ഈ 'കോറസ്സ്'. എനിക്കാണെങ്കിൽ, കുട്ടികൾ 'ക്രിമൻസ്' എന്ന ചെല്ലപ്പേരിട്ടു വിളിക്കുന്ന മീനാക്ഷിയെന്ന സുന്ദരിക്കുട്ടി കേൾക്കണമെന്നാണാഗ്രഹം. കവികൾ വിവരിക്കുംമട്ടിൽ കണ്ണുകൾ വാലിട്ടെഴുതി ചെറിയൊരു പൊട്ടുംതൊട്ട് സ്കൂൾ ആകപ്പാടെ തന്നെനോക്കി പുഞ്ചിരി തൂകണമെന്ന മട്ടിൽ ചമഞ്ഞൊരുങ്ങി ഉയർന്ന മാറിടത്തിൽ പുസ്തകക്കെട്ടമർത്തി കുലുങ്ങി കുലുങ്ങി നടന്നുവരുന്ന സുന്ദരിപ്പെണ്ണിന്റെ 'നോട്ടപ്പാടിൽ'പെടാനാണ് വരികൾ ഹൃദിസ്ഥമാക്കി ഉറക്കെ ചൊല്ലുന്നത്.

പൊറ്റെക്കാട്ടിന്റെ തൂലികയിൽ വാർന്നുവീണ പല വരികളും മനസ്സിൽ മുദ്രകൊത്തിയതുപോലെയുണ്ടല്ലോ. സന്ദർഭത്തിന്റെ സ്വാരസ്യം നോക്കി ഒരുതവണ മറ്റൊരു സഹപാഠിയെ കണ്ടപ്പോൾ ഞാനുറക്കെ പാടിപ്പോയി: "ഓ വീട്ടിൽ ഓടിട്ട വീട്ടിൽ ജാനകിയെന്നവളേ നിന്റെ ചന്തികുലുക്കം ചാഞ്ഞ് നടത്തം എന്തൊരു ചന്തമെടീ. എന്തൊരു ചന്തമെടീ..."

മീനാക്ഷിയെപ്പോലെ അക്കുട്ടി എന്റെ 'മുക്രയിടൽ' കേട്ട് അടങ്ങിയിരുന്നില്ല. അവൾ ഹെഡ്മാസ്റ്ററോട് ആവലാതി പറഞ്ഞു. അത്

ഒച്ചപ്പാടുമായി. രക്ഷിതാവിനെ കൂട്ടിക്കൊണ്ട് വന്ന് ക്ഷമാപണം എഴുതിക്കൊടുത്തിട്ടേ പിന്നീട് ക്ലാസ്സിൽ കയറാൻ സാധിച്ചുള്ളൂ. പ്രശ്നം അങ്ങനെയും തീർന്നില്ല. ആ കുട്ടിയുടെ അമ്മാവൻ ഒരാൾ ഉണ്ടായിരുന്നു. കൊമ്പൻ മീശക്കാരനായ ഒരു മൂടാടിക്കാരൻ അപ്പ നായർ. അദ്ദേഹം പെൺകുട്ടിയേയും കൂട്ടി കോതമംഗലത്തെ അമേത്ത് തറവാട്ടിൽ വന്നു. തറവാട്ടു കോലായയിൽ അന്നു കാരണവർ ഉണ്ടായിരുന്നു. കൊമ്പൻ മീശയും പിരിച്ച് തറവാട്ടു പടിപ്പുരയും കടന്ന് കോലായപ്പടിയിൽ ചവിട്ടിയപ്പോഴാണ് കാരണവരെ കാണുന്നത്. വന്ന മൂടാടിക്കാരന്റെ ശൗര്യം പമ്പ കടന്നു. അദ്ദേഹം ഉറക്കെ ചോദിച്ചു: "ഇതാര് അബ്ദു മാപ്പിളയോ? അബ്ദുമാപ്പിളന്റെ ആരാ ഈ അബ്ദുൽ ഖാദർ...?"

കാരണവർ കാര്യമറിയാതെ ചോദിച്ചു: "അതേ എന്റെ വകയിൽ ഒരു മരോനാ. എന്താ സംഗതി..."

വന്ന നായർ എന്തുവേണ്ടൂ എന്ന അങ്കലാപ്പിൽ ആയിക്കാണും. ശാന്തസ്വരത്തിലായി തുടരന്വേഷണം. "ഇവിടെയുണ്ടോ ഒന്നു കാണാൻ..."

അകത്ത് രംഗം നോക്കി നിൽക്കയായിരുന്ന ഞാൻ ഉമ്മറത്തേക്ക് ഇറങ്ങി നിന്നു.

കൊമ്പൻ മീശയിലെ തീപ്പൊരിയെല്ലാം നൊടിനേരംകൊണ്ട് പാറിപ്പോയിരുന്നു. അമേത്ത് തറവാട്ടിലെ കുട്ടിയോട് എന്തെങ്കിലുമൊന്നു ചോദിക്കണമല്ലോയെന്നുദ്ദേശിച്ചാവാം പതമുള്ള ശബ്ദത്തിൽ നായർ പറയുന്നു. "നല്ലോണം പഠിച്ചു മിടുക്കരാവാനാ കുട്ടികൾ ശ്രമിക്കേണ്ടത്. ക്ലാസ്സിൽ അദ്ധ്യാപകന്മാരെ അനുസരിച്ച് അസ്സലായി പഠിക്കണം. തറവാട്ടിന് പേരുണ്ടാക്കണം. അത്രന്നെ..."

കാരണവരോട് അല്പനേരം കുശലപ്രശ്നങ്ങൾ നടത്തി കക്ഷി വന്ന കാലാലെ അങ്ങ് തിരിച്ചുപോവുകയും ചെയ്തു. 'മലപോലെ വന്നത് മഞ്ഞുപോലെ മാഞ്ഞുപോയി' എന്ന പഴമൊഴി പോലെ.

പക്ഷേ, ക്ലാസ്സിൽ പെൺകുട്ടികളുടെ ഭാഗത്തിരിക്കുന്ന കുട്ടികൾക്കിടയിൽ മറ്റു കുട്ടികളെപ്പോലെ സ്നേഹഭാവത്തിൽ ഒരു നോട്ടമോ പുഞ്ചിരിയോ ആ കുട്ടിയുടെ ഭാഗത്ത് നിന്നും ഉണ്ടായതേയില്ല. കഥയിൽ പൊറ്റെക്കാട്ട് എഴുതിയ മട്ടിൽ അവളുടെ ചാഞ്ഞ് നടത്തമോ ചന്തികുലുക്കമോ പിന്നെ ക്ലാസ്സിലുണ്ടായോയെന്ന് ഞാൻ നോക്കാനും നിന്നില്ല.

എന്റെ കഥാരചനാ കമ്പവും കഥ പറച്ചിലും പുസ്തകവായനാ താത്പര്യവും പ്രോത്സാഹിപ്പിക്കാൻ വേറെയും പെൺകുട്ടികളുണ്ടല്ലോ. ഒരു കുറി എന്റെ വായനാ കൗതുകം കണക്കിലെടുത്ത് വനജയെന്ന പെൺകുട്ടി – (അവളാണ് ക്ലാസ് മാസികയുടെ അസിസ്റ്റന്റ് പത്രാധിപർ. ക്ലാസ്സിലെ കയ്യെഴുത്ത് മാസികയുടെ പത്രാധിപ ചുമതല എനിക്കായിരുന്നു.) ഒരു പുസ്തകം വായിക്കാൻ തന്നു. എസ്.കെ. പൊറ്റെക്കാട്ട് എഴു

തിയ നോവൽ 'മൂടുപടം'. ഹിന്ദുമുസ്ലീം സാമുദായിക സൗഹൃദം ജീവിതത്തിൽ ആഴത്തിൽ വേരോടും മട്ടിൽ പ്രതിപാദിച്ച ആ നോവലിന്റെ കഥ മനസ്സിൽ തറഞ്ഞുനിന്നു. പൊറ്റെക്കാട്ട് എഴുതിയതെല്ലാം തപ്പിപ്പിടിച്ച് വായിക്കാൻ അത് പ്രേരണയുമായി വായന ഇടതടവില്ലാതെ തുടർന്നപ്പോൾ അഞ്ചു ചീത്ത കഥകളിലെ 'കള്ളപശു' വായിച്ച് സുഖകരമായ ഒരു ഉറക്കമില്ലായ്മയുടെ മധുരം ആദ്യമായനുഭവിക്കയും ചെയ്തു. സ്കൂൾ ഫൈനൽ ക്ലാസ്സിലെത്തുമ്പോഴേക്ക് അദ്ദേഹമെഴുതിയതിലേറിയ കൂറും വായിച്ചുതീർത്തിരുന്നു. തുടർന്നാണ് അക്കാലത്ത് വാരികയിൽ ഖണ്ഡശ്ശ പ്രസിദ്ധപ്പെടുത്തുന്ന സഞ്ചാരാനുഭവങ്ങൾ വായിക്കാൻ തുടങ്ങിയത്. 'കാപ്പിരികളുടെ നാട്ടിൽ' യാത്രയിൽ അദ്ദേഹത്തോടൊപ്പം എന്റെ ഇളംമനസ്സും സഞ്ചരിക്കുകയായിരുന്നു. വിശാലമായ ഒരു ലോകം, ലോകാനുഭവം എന്നെപ്പോലുള്ളവരുടെ മനസ്സിൽ അക്കാലം തെളിയിച്ചുവെച്ച മഹാപ്രതിഭയെയാണല്ലോ ജീവിതത്തിലാദ്യമായി നേർക്കണ്ണാലെ ഞാൻ കാണുന്നത്. അവിസ്മരണീയമായ ആ കാഴ്ച മുന്നിൽ പ്രത്യക്ഷപ്പെട്ടപ്പോൾ ഒന്നും ഉരിയാടാനാവാതെ നിറകണ്ണോടെ ഞാനവിടെ നിന്നു.

ഈ അസുലഭ സന്ദർഭം എന്റെ മുന്നിൽ തെളിയുന്നത് സ്കൂൾ പഠനം കഴിഞ്ഞ് ഇനിയെന്ത് പരിപാടിയെന്ന് തിട്ടമില്ലാതെ കോഴിക്കോട്ടേക്ക് നിത്യേന വന്നും പോയും നാൾ കഴിക്കുന്ന ആയിരത്തിത്തൊള്ളായിരത്തി അമ്പതുകളുടെ ആദ്യഘട്ടത്തിലായിരുന്നു.

എസ്.കെ. പൊറ്റെക്കാട്ട് മാത്രമല്ല അദ്ദേഹത്തോടൊപ്പം ഒരു സ്ത്രീയും ഉണ്ടായിരുന്നു. വിദേശ പര്യടനമൊക്കെ കഴിഞ്ഞ് നാട്ടിലെത്തിയ സന്ദർഭത്തിൽ അദ്ദേഹം വിവാഹിതനായ വാർത്ത പത്രത്തിൽ നിന്നും വായിച്ചറിഞ്ഞിരുന്നു. മാഹിയിലെ ജയവല്ലിയെയാണ് അദ്ദേഹം വിവാഹം ചെയ്തത് എന്ന വാർത്ത. അവരായിരിക്കാം അന്ന് അദ്ദേഹത്തോടൊപ്പം ആ പീടികയിൽ വന്നു കയറിയതെന്ന് ഞാൻ ഊഹിച്ചു. കോഴിക്കോട്ടെ വധൂവരന്മാർ 'പർച്ചേസിന്' ആ പീടികയിലെത്തുമെന്ന് അക്കാലത്ത് ഒരു 'വകച്ചൊല്ലും' ഉണ്ടായിരുന്നല്ലോ.

മിഠായിത്തെരുവിന്റെ തെക്കേത്തലയ്ക്കലുള്ള ഒരു വലിയ സ്റ്റേഷനറിക്കട. അവിടെ 'കസ്റ്റമറായി വന്ന' വിശ്വപ്രസിദ്ധൻ. എം.എം. അബൂബക്കർ സാഹിബിന്റെ സ്റ്റേഷനറിപ്പീടിക പണ്ടു പണ്ടേ മികവുറ്റതാണ്. കോഴിക്കോട്ട് പ്രധാനപ്പെട്ട രണ്ടു സ്റ്റേഷനറിക്കടകളിൽ മിഠായിത്തെരുവിന്റെ തെക്കേയറ്റത്തെ അബൂബക്കർ സാഹിബിന്റെ സ്റ്റേഷനറി പീടികയും രണ്ടാം ഗെയിറ്റിന് സമീപത്തെ കോർട്ട് റോഡ് സന്തിൽ നിലവിലുള്ള നെച്ചുളി അബൂബക്കർ സാഹിബിന്റെ സ്റ്റേഷനറിക്കടയുമാണ് വില കൂടിയ തരാതരം ബിസ്കറ്റ്, മിഠായി, ചോക്ലേറ്റ് ഇനങ്ങളും വിദേശത്തുമാത്രം ലഭിക്കുന്ന സുഗന്ധദ്രവ്യങ്ങളും പെട്ടിക്കണക്കിൽ വാങ്ങാൻ കിട്ടുന്ന ഇടം.

സീസൺ നോക്കി രണ്ടു അബൂബക്കർ സാഹിബുമാരും മേത്തരം വില്പന വസ്തുക്കൾ തങ്ങളുടെ പീടികകളിൽ വില്പനയ്ക്കായി എത്തിച്ചിരിക്കും. എം.എം. അബൂബക്കർ സാഹിബിന്റെ പീടികയിലാണ് കോഴിക്കോട്ടെ 'മംഗലം കഴിഞ്ഞ മണവാളന്മാർ' പുയ്യാപ്ലമാർ തങ്ങളുടെ അറയിലേക്കാവശ്യമായ വാസനദ്രവ്യങ്ങളും മിഠായി ടിന്നുകളും വാങ്ങാനെത്തുക പെരുന്നാൾ രാവുകളിൽ, വലിയ പെരുന്നാൾ രാവിലും ചെറിയ പെരുന്നാൾ രാവിലും ഭാര്യവീട്ടിലേക്ക് പെരുന്നാൾക്കോളിന്റെ പെട്ടി വാങ്ങാൻ മാസമുറപ്പിക്കുന്നതോടെ വന്നെത്തും. കോഴിക്കോട്ട് അങ്ങനെയൊരു പതിവുണ്ട്. പെരുന്നാൾ ഉറപ്പിക്കുന്ന രാത്രിയിൽ ഭാര്യവീട്ടിലേക്ക് 'കോളു' കൊടുത്തയയ്ക്കണം. പുതുവസ്ത്രങ്ങളുടെ തരാതരം ഭാണ്ഡങ്ങൾ ആദ്യമേ കൊളമ്പോ സ്റ്റോറിൽ നിന്നും വൈറ്റ് ഷാപ്പിൽ നിന്നും വാങ്ങി അയച്ചിരിക്കും. അതിന് പുറമെ പുതിയാപ്പിളയുടെ 'മെഹബ്' പ്രഖ്യാപിക്കുന്ന കോളു വാങ്ങാൻ എം.എം. സ്റ്റേഷനറി ഷോപ്പിലാണെത്തുക.

അവിടെ പെരുന്നാളിന് പ്രത്യേകമായി വിദേശത്തുനിന്നും വരുത്തുന്ന ആപ്രിക്കോട്ട്, അത്തിപ്പഴം, ബദാം പരിപ്പ്, അണ്ടിപ്പരിപ്പ്, പിസ്താ, കാരക്കാ എന്നിത്യാദികളുടെ സ്റ്റോക്കെത്തുന്നു. മുന്തിയ തരം ബിസ്കറ്റുകളും മിഠായി ടിന്നുകളും എല്ലാം ബഹുകണിശമായി വാങ്ങി ഈവക എല്ലാം ചേർത്ത് പെട്ടി കണക്കിൽ പുത്യാപ്പിളമാർ താന്താങ്ങളുടെ ഭാര്യവീട്ടിലേക്കെത്തിക്കുന്നു. പെരുന്നാൾക്കോളും അതിലെ 'ഐറ്റംസും' എം.എം. അബൂബക്കർ സാഹിബിന്റെ പീടികയിൽ നിന്നു വാങ്ങുകയാണെങ്കിൽ ബഹുവിശേഷപ്പെട്ടതാവും എന്നാണ് കോഴിക്കോട്ടെ പെരുമപറച്ചിൽ. 'പുയ്യാപ്ലമങ്കിശം.'

പൊറ്റെക്കാട്ട് മണവാട്ടിയേയും കൂട്ടിയെത്തിയത് ആവക പെരുന്നാൾക്കോള് മാഹിയിലെത്തിക്കാനാവുമോ? കോഴിക്കോടൻ മാപ്പിളമാർക്കിടയിലെ ഈ ആചാരം കോഴിക്കോട്ടെ കഥാകാരനും അനുഷ്ഠിക്കയാണോ?

ഞാനാരംഗം കണ്ണിമയ്ക്കാതെ നോക്കിനിന്നു. പൊറ്റെക്കാട്ടും പത്നിയും എം.എം. അബൂബക്കർ സാഹിബ് നീട്ടിക്കൊടുത്ത റോസ് മിൽക്ക് ഗ്ലാസ് സന്തോഷപൂർവം വാങ്ങി പുഞ്ചിരി തൂകി പതുക്കെ കുടിക്കുന്നതും പരസ്പരം മിണ്ടിപ്പറഞ്ഞ് ചിരിക്കുന്നതും റോസ് മിൽക്ക് നുണയുന്നതും മായക്കാഴ്ചയായി ഞാനന്നനുഭവിക്കയായിരുന്നു. എത്രനേരം അവരാ പീടികയ്ക്കകത്ത് ചെലവഴിച്ചു എന്നെനിക്കറിയില്ല. ചില്ലലമാരകളിൽ കമനീയമായലങ്കരിച്ചുവെച്ച വിദേശ നിർമ്മിത വില്പന സാധനങ്ങൾ ലോകം ചുറ്റിവന്ന വാലിഭൻ കൗതുകത്തോടെ നോക്കിനിന്ന രംഗം മനസ്സിലിന്നും ഉണ്ടല്ലോ.

അന്നോ, തൊട്ടടുത്ത ആഴ്ചയിലൊരു ദിവസമോ പൊറ്റെക്കാട്ടിനെ നേരിട്ടു കണ്ടു വല്ലതും പറയണമെന്ന് പൂതിവെച്ച് ഞാൻ അന്വേഷിച്ച്

പുതിയറ ഭാഗത്ത് ചെന്നു. പുതിയറ സോപ്പുകമ്പനി നിൽക്കുന്നിടത്ത് നിന്ന് 'ആരോടു ചോദിച്ചാലും' ചന്ദ്രകാന്തത്തിലേക്കുള്ള വഴി കാണിച്ചു തരുമെന്നറിഞ്ഞിരുന്നു. ചോദിച്ച് ചോദിച്ച് മുന്നിൽ കണ്ട ഇടവഴിയിലൂടെ നടന്ന് ഞാൻ ചന്ദ്രകാന്തത്തിലെത്തി. ചന്ദ്രകാന്തത്തിന്റെ ഗെയിറ്റ് പുറത്തുനിന്നും പൂട്ടിയിരുന്നു. അയൽക്കാരോട് ചോദിച്ചപ്പോഴാണറിഞ്ഞത്, പൊറ്റെക്കാട്ട് ഭാര്യാസമേതം കുറച്ചു നാൾ മാഹിയിലേക്കു പോയിരിക്കുന്നു. മാഹിയിൽ ചെന്നാൽ കാണാൻ പറ്റും. മാഹി തീവണ്ടിയാപ്പീസിൽനിന്നും നേരെ പടിഞ്ഞാറോട്ടേക്ക് പോകുന്ന ദിക്കിലൂടെ നടന്നാൽ മാഹിപ്പള്ളിയിൽ ചെന്നെത്തും മുമ്പത്തെ ഇടവഴിയിലേക്ക് തിരിഞ്ഞാൽ 'ആരോടും ചോദിച്ചാലും' വഴി പറഞ്ഞുതരും.

ശരിയാണല്ലോ. സുപരിചിതനായ വ്യക്തി തങ്ങുന്ന ഇടം ഏത് നാട്ടിലും നാട്ടുകാർക്കിടയിലും സ്വന്തം പോലെയായിരിക്കുമല്ലോ. ഞാനതിനു മുമ്പ് മാഹിവഴിക്ക് തലശ്ശേരിയിലും കണ്ണൂരിലുമൊക്കെ പഠിക്കുന്ന കാലത്ത് പോയിട്ടുണ്ട്. മാഹിത്തീവണ്ടിയാപ്പീസറിയാം എന്നല്ലാതെ മാഹിയിൽ ഞാൻ കാലുകുത്തിയിട്ടില്ല. മാഹിയിലെ മണ്ണിലൂടെ നടന്നിട്ടുമില്ലല്ലോ.

കുറേ ദിവസങ്ങൾ കഴിഞ്ഞാണ് ഞാൻ മാഹിയിലേക്ക് പുറപ്പെട്ടത്. വെറും കയ്യാലെ പോകുന്നത് ചിതമല്ലയെന്ന് വടക്കൻ മനസ്സു പറയുന്നു. അതുവരെ ഞാനെഴുതിയ കഥകൾ പ്രസിദ്ധപ്പെടുത്തിയ വാരികയുടെ കോപ്പികൾ അടുക്കിവെച്ചു. കേരളത്തിലെ കാട്ടുവർഗക്കാരുടെ കഥകൾ. നവയുഗം വാരികയിൽ പ്രസിദ്ധപ്പെടുത്തിയ രണ്ടു കഥകളും നാലു കഥകളുടെ കയ്യെഴുത്ത് പ്രതികളും ചേർത്ത് 'കാട്ടിലെ കഥകൾ' എന്ന പേരും ചാർത്തി ഭംഗിയായി പൊതിഞ്ഞ ഒരു കഥാപുസ്തകമാണ് കാണിക്ക നൽകാൻ കയ്യിൽ കരുതിയത്.

മയ്യഴിത്തീവണ്ടിയാപ്പീസിലിറങ്ങി പടിഞ്ഞാറോട്ടേക്കുള്ള വീതിയേറിയ പാതയിലൂടെ പൊറ്റെക്കാട്ടിന്റെ ഭാര്യവീടും തേടി നടക്കുമ്പോൾ കാണിക്ക പൊതിയായി മനസ്സ് മെനഞ്ഞെടുത്ത കാട്ടിലെ കഥകൾ കയ്യിൽ ഭദ്രമായുണ്ടായിരുന്നു. കഥാകാരന്റെ വീട് മയ്യഴിയിലെ ആൾക്കാർക്കിടയിൽ സുപരിചിതമായിരുന്നു. ആരോടു ചോദിച്ചാലും കണ്ണുംപൂട്ടി നടന്നാലും പൊറ്റെക്കാട്ടിന്റെ ഭാര്യവീട്ടിലെത്തും എന്ന ഉറപ്പ് എനിക്ക് നൽകിയതാരായിരുന്നു. ഓർമ്മയില്ല.

ഓർമ്മയിൽ അത് മാത്രമുണ്ട്. തുറസ്സായ വരാന്തയിലെ ചാരുകസേലയിൽ ചാരിയിരുന്ന് പത്രം വായിക്കുന്ന പൊറ്റെക്കാട്ടിന്റെ തെളിഞ്ഞ ചിരിയും ഉടൽ കുലുക്കിയുള്ള വർത്തമാനരീതിയും പുതുമുറക്കാരനെ അദ്ദേഹം തെളിഞ്ഞ കണ്ണുകളാൽ ഉഴിയുന്നുണ്ടെന്ന് ഞാനറിഞ്ഞു. ഒരു മയിൽപ്പീലിയുടെ മാന്ത്രികസ്പർശം ഞാനനുഭവിച്ചു. പതുക്കെ മുന്നിലെ ഇരിപ്പിടത്തിൽ, ചെറിയ കസേലയിൽ, ഇരിക്കാൻ

ക്ഷണിച്ചു. ഞാനിരുന്നു. വരുന്നതെവിടെനിന്ന് എന്നദ്ദേഹം ചോദിച്ചിരുന്നു. ഞാൻ വന്നയിടം വിസ്തരിച്ചുപറഞ്ഞുവോ? ഇല്ല. ഞാനെന്റെ കൈകൾ നീട്ടി അവിൽപ്പൊതി ഭവ്യതയോടെ നീട്ടുന്നതുപോലെ കയ്യിലെ കഥാ സമാഹാരം നൽകി. പുറംചട്ടയിൽ ഔത്സുക്യപൂർവം നോക്കി അദ്ദേഹം ഇളം ചിരിയോടെ മൊഴിയുന്നു: "കാട്ടിലെ കഥകൾ. കൊള്ളാം. ഇതിന് ഞാനെന്തുവേണം? അവതാരിക...?"

ഞാനൊന്നും പറഞ്ഞില്ല. "ഇതൊന്നു നേരം കിട്ടുമ്പോൾ വായിച്ചു നോക്കിയാൽ..." എന്നോ മറ്റോ ഞാൻ പറഞ്ഞുവോ? ഓർമ്മയില്ല. മന സ്സിൽ സൂക്ഷിച്ചുവെക്കാൻ സുഖമുള്ള ഒരു സന്ദർശനത്തിന്റെ മധുരതര മായ ഓർമ്മ മാത്രം മതിയെന്നു ഞാൻ പറഞ്ഞിരുന്നുവോ?

വരാന്തയിൽ വന്ന 'അതിഥിക്ക്' നീട്ടിയ കോപ്പയിലെ കാപ്പി ഊതി യൂതി കുടിച്ചത് മാത്രം വ്യക്തമായും ഞാൻ ഓർമ്മയിൽ സൂക്ഷിക്കുന്നു. പുതുമുറക്കാരനായ യുവാവിനെ മുറ്റത്തെ കൽപ്പടവുവരെ അദ്ദേഹം അനുഗമിച്ചു. ആദ്യമായി മയ്യഴിയിലെത്തിയ ഞാൻ, മയ്യഴിയുടെ മണ്ണി ലൂടെ ആദ്യമായി സഞ്ചരിക്കുകയായിരുന്നു. ജീവിതത്തിലാദ്യമായി പൊറ്റെക്കാട്ട് എന്ന പ്രതിഭാധനന്റെ സാമീപ്യത്തിൽ രണ്ടു വർത്തമാനം വിറയാർന്ന സ്വരത്തിലെങ്കിലും പറഞ്ഞു. അത് കേൾക്കേ അദ്ദേഹം തല കുലുക്കി പുഞ്ചിരിച്ചു എന്ന ബലത്തിലായിരുന്നു തിരിച്ചുപോന്നത്. കൈകൾ വീശി അദ്ദേഹം യാത്രാമംഗളം നേർന്നതും മനസ്സിൽ നിറവോ ടെയുണ്ടല്ലോ.

നഗരത്തിലെ തുടർന്നുള്ള എന്റെ ദിനരാത്രങ്ങൾക്ക് ആ നിറവും തിറവും എന്നുമുണ്ടായിട്ടുണ്ടല്ലോ. ഒരു മുതൽക്കൂട്ടുപോലെ...

■